പാർലമെന്ററി പ്രവർത്തനവും കമ്യൂണിസ്റ്റുകാരും

പ്രയോഗം സിദ്ധാന്തം

parliamentary pravarthanavum communistukarum
prayogam sidhantham

•

k a venugopalan

•

first edition
may 2007

•

second edition
november 2008

•

typesetting and published
chintha publishers, thiruvananthapuram

•

printed
repro india ltd, mumbai

•

cover
shahul aliyar

•

price
rupees one hundred and ten only

വിതരണം

ദേശാഭിമാനി ബുക്ക് ഹൗസ്

H O തിരുവനന്തപുരം–695 001

ബ്രാഞ്ചുകൾ

ദേശാഭിമാനി റോഡ് തിരുവനന്തപുരം • ഓവർബ്രിഡ്ജ് തിരുവനന്തപുരം • കെ എസ് ആർ ടി സി ബസ് സ്റ്റേഷൻ ആലപ്പുഴ • കെ എസ് ആർ ടി സി ബസ് സ്റ്റേഷൻ എറണാകുളം • ഐ ജി റോഡ് കോഴിക്കോട് • കെ എസ് ആർ ടി സി ബസ് സ്റ്റേഷൻ കോഴിക്കോട് • എൻ ജി ഒ യൂണിയൻ ബിൽഡിംഗ് കണ്ണൂർ

CR - 850 / 2101

പാർലമെന്ററി പ്രവർത്തനവും കമ്യൂണിസ്റ്റുകാരും

പ്രയോഗം സിദ്ധാന്തം

കെ എ വേണുഗോപാലൻ

ചിന്ത പബ്ലിഷേഴ്സ്
തിരുവനന്തപുരം-695 001
വില : 110.00രൂപ

കെ എ വേണുഗോപാലൻ

ആയിരത്തിതൊള്ളായിരത്തി അമ്പത്തിയേഴിൽ ജനനം. അച്ഛൻ: അശോകൻ, അമ്മ: തങ്കം.

നാട്ടിക ശ്രീനാരായണ കോളേജിൽനിന്നും ബിരു ദവും എറണാകുളം ഗവ: ലോകോളേജിൽ നിന്ന് നിയ മബിരുദവും നേടി.

ഡി വൈ എഫ് ഐ സംസ്ഥാന കമ്മിറ്റി അംഗമാ യും സി പി ഐ (എം) നാട്ടിക ഏരിയാകമ്മിറ്റി അംഗ മായും പ്രവർത്തിച്ചു.

ഇപ്പോൾ ചിന്ത വാരികയിൽ.

ഭാര്യ : ഓമന
മകൾ : നിലിയ

ഉള്ളടക്കം

അവതാരിക

1957ൽ കേരളത്തിൽ അധികാരത്തിൽ വന്ന കമ്മ്യൂണിസ്റ്റ്പാർട്ടിയുടെ നേതൃത്വത്തിലുള്ള ഇ എം എസ് മന്ത്രിസഭയുടെ അമ്പതാം വാർഷികാഘോഷം നടന്നുകൊണ്ടിരിക്കുകയാണ്. കേരളത്തിന്റെ ഇന്നത്തെ പുരോഗതിക്ക് അടിത്തറയിട്ട ഒട്ടനവധി നിയമനിർമാ ണങ്ങൾക്കും ഭരണനടപടികൾക്കും തുടക്കംകുറിച്ച ഒന്നായിരുന്നു ആ ഗവൺമെന്റ്. ലോകത്താകെയുള്ള കമ്മ്യൂണിസ്റ്റുകാരെ സംബന്ധിച്ചേ ടത്തോളം അതൊരു പുതിയ അനുഭവമായിരുന്നു. ഇ എം എസിനു മുമ്പ് ഗയാനയിൽ പീപ്പിൾസ് പ്രോഗ്രസീവ് പാർട്ടിക്കാരനായ ചെഡ്ഡി ജഗാൻ തെരഞ്ഞെടുപ്പിലൂടെ അധികാരത്തിൽ വന്നിരുന്നു. മുതലാളിത്തം നിലനിൽക്കുന്ന ഒരു രാജ്യത്തെ ഒരു ചെറിയ ഭൂവിഭാഗത്തിൽ തെരഞ്ഞെ ടുപ്പിലൂടെ ജയിച്ചുവന്ന് അധികാരമേൽക്കുന്ന ആദ്യത്തെ കമ്മ്യൂണിസ്റ്റു കാരൻ ഇ എം എസ് ആയിരുന്നു. ഇ എം എസ് മന്ത്രിസഭ പിരിച്ചുവിട പ്പെട്ടതിനു ശേഷം ബി ടി രണദിവെ എഴുതി:

അനന്തമായ സമുദ്രത്തിലൂടെയുള്ള യാത്രയായിരുന്നു കേരളത്തിലെമന്ത്രിസഭ. മുതലാളിത്തിനകത്ത്ഒരു മന്ത്രിസഭ രൂപീ കരിക്കാമെന്ന് ലോകകമ്മ്യൂണിസ്റ്റുപാർട്ടിയുടെ ചരിത്രത്തിൽ അം ഗീകരിച്ചത് ഒരു പക്ഷെ ആദ്യമായിരിക്കാം. കേന്ദ്ര അധികാരം ബൂർ ഷ്വാ-ഭൂപ്രഭു വർഗത്തിന്റെ കൈവശവും സാമ്പത്തിക അധികാരം ഏതാനും പേരുടെ കൈവശവുമായിരുന്നു. അപ്പോൾ ഇതെങ്ങനെ സാധ്യമാവും? അത് സാധ്യമായത് കേരളത്തിലേയും മറ്റിടങ്ങളിലേയും ജനങ്ങളുടെ അദമ്യമായ ആഗ്രഹംകൊണ്ടാണ്.

മറ്റൊരു കാരണം ജനങ്ങളുടെ മുമ്പിലുള്ള പ്രധാന പ്രശ്നം സോഷ്യലിസം ഉദ്ഘാടനം ചെയ്യലായിരുന്നില്ല; സാമൂഹ്യപ രിവർത്തനമായിരുന്നു. ഭൂപരിഷ്കരണം, സത്യസന്ധമായ ഭരണം, ഭരണഘടന മുന്നോട്ടുവെക്കുന്ന അവകാശങ്ങൾ നടപ്പിലാക്കുക തു ടങ്ങിയ സാമൂഹ്യ-സാമ്പത്തിക പരിഷ്കരണങ്ങളായിരുന്നു.

എന്തായാലും ജനകീയ ആഗ്രഹം നടപ്പിലാക്കാൻ ഭരണാധികാരി വർഗം സമ്മതിച്ചില്ല. ഭരണഘടനയിലെ 356-ാം വകുപ്പ് ഉപയോഗപ്പെ ടുത്തി കേന്ദ്രത്തിലെ കോൺഗ്രസ് ഭരണാധികാരികൾ ഇ എം എസ് മന്ത്രിസഭയെ ഡിസ്മിസ് ചെയ്യുകയും പ്രസിഡന്റ് ഭരണം ഏർപ്പെടുത്തു കയും ചെയ്തു.

ഇത് ലോകത്തിലെ ആദ്യത്തെ അനുഭവമാണെന്ന് ബി ടി ആർ പറയുമ്പോൾ നാം മനസ്സിലാക്കേണ്ടത് മാർക്സിസം – ലെനിനിസ ത്തിന്റെ ചുവടുപിടിച്ചുകൊണ്ട് ഇന്ത്യയിലെ കമ്മ്യൂണിസ്റ്റ്പാർട്ടി പു തിയൊരു പരീക്ഷണം നടത്തുകയായിരുന്നു എന്നാണ്. ബൂർഷ്വ പാർലമെന്റിലേക്കുള്ള തെരഞ്ഞെടുപ്പുകളിൽ പങ്കെടുക്കാമെന്നല്ലാതെ തെരഞ്ഞെടുപ്പിൽ പങ്കെടുത്ത് പ്രാദേശികമായി അധികാരം കിട്ടിയാൽ ഉണ്ടാകുന്ന പരിമിതികളും സാധ്യതകളുമെന്ത് എന്നതിനെ സംബന്ധിച്ച് ലോകകമ്മ്യൂണിസ്റ്റ്പ്രസ്ഥാനത്തിനു മുമ്പിൽ മുൻഅനുഭവങ്ങളുണ്ടായി രുന്നില്ല. ആ അനുഭവമുണ്ടാക്കിയ ഗവൺമെന്റാണ് 1957ലേത്.

ആ അനുഭവത്തെ പ്രത്യയശാസ്ത്രവൽക്കരിക്കുന്നതിൽ കമ്യൂണിസ്റ്റ് പാർട്ടിയുടെ കേരളഘടകവും ഇ എം എസും നിർണായകമായ പങ്ക് വഹിച്ചിട്ടുണ്ട്. 1964ലെ പാർട്ടിപരിപാടി തയ്യാറാക്കുന്നതിന് മുന്നോടിയായി ഇ എം എസ് തയ്യാറാക്കിയ രേഖ, 1957-59 കാലത്ത് അവിഭക്ത കമ്മ്യൂണിസ്റ്റ്പാർട്ടിയുടെ സംസ്ഥാനഘടകം അംഗീകരിച്ച ചില രേഖകൾ എന്നിവയൊക്കെ ഇതാണ് കാണിക്കുന്നത്. അവയുടെ സാരാംശം എന്ന നിലയിലാണ് പിന്നീട് ഒട്ടേറെ വിവാദങ്ങൾക്കും ചർച്ചകൾക്കും പഠനങ്ങ ൾക്കും ഇടയാക്കിയ പാർട്ടിപരിപാടിയിലെ 112-ാം ഖണ്ഡിക രൂപം കൊ ള്ളുന്നത്.

1967-70 കാലത്ത് നക്സലൈറ്റ് പ്രസ്ഥാനം രൂപംകൊണ്ടപ്പോൾ ഈ ഖണ്ഡിക സംബന്ധിച്ചുള്ള വാദവിവാദങ്ങൾ ശക്തമായി. 1970 ൽ രൂപം കൊണ്ട സി പി ഐ (എം എൽ) പാർലമെന്റിൽ പങ്കെടുക്കുന്നതിനെ അതിശക്തമായി എതിർത്തു. "രാജ്യത്താകമാനം സായുധ സമരത്തിന്റെ തായ കൊച്ചുകൊച്ചു തരംഗങ്ങൾ സൃഷ്ടിച്ചും ജനങ്ങളുടെ രാഷ്ട്രീയ ശക്തിയെ ഏകോപിപ്പിച്ചും തൊഴിലാളിവർഗത്തിനു വിജയകരമായി ജനകീയയുദ്ധം നടത്താൻകഴിയും. ഗറില്ലാ യുദ്ധതന്ത്രത്തിന്റെ പ്രയോഗ ത്തിലൂടെ മാത്രമെ ഇത് സാധ്യമാകൂ. അതുതന്നെയായിരിക്കും ആദ്യന്തം നമ്മുടെ ജനാധിപത്യ വിപ്ലവത്തിന്റെ സമരരൂപം." (*സി പി ഐ എം എൽ പരിപാടി 1970, ഖണ്ഡിക 36*) ആദ്യന്തം ഗറില്ലാസമരത്തിന്റെ പാത മുന്നോട്ടു വെച്ച് സി പി ഐ (എം) നെ പുത്തൻ റിവിഷനിസ്റ്റുകൾ എന്ന്

അധിക്ഷേപിച്ചവരാണ് അന്ന് നക്സലൈറ്റുകൾ ആയി പുറത്തുപോയത്. അതിലൊരു വിഭാഗം ഇപ്പോൾ വീണ്ടും പാർലമെന്ററിമാർഗം ഉപയോ ഗപ്പെടുത്തുന്നുണ്ട് എന്നത് വേറെ കാര്യം

പാർലമെന്ററിപാത ഉപയോഗപ്പെടുത്തിയതിന്റെ ഫലമായി കേരളം,പശ്ചിമ ബംഗാൾ, ത്രിപുര എന്നീ മൂന്ന് സംസ്ഥാനങ്ങളിൽ ഭരണ പങ്കാളിത്തത്തിന്റെ അനുഭവം സി പി ഐ (എം)നുണ്ടായി. ഓരോ ഭരണ കാലഘട്ടത്തിലും 112-ാം ഖണ്ഡികയിൽ പറഞ്ഞ പരിമിതികളുടെയും സാധ്യതകളുടെയും പ്രശ്നങ്ങൾ ഉയർന്നുവരികയും അവ ചർച്ച ചെയ്യപ്പെടുകയും ചെയ്തിട്ടുണ്ട്. ബിർളാ കരാർ, തോഷിബ, ബംഗാൾ വ്യവസായ നയം, ജനകീയാസൂത്രണം, നാലാം ലോകവാദം, എ ഡി ബി വിവാദം, നന്ദിഗ്രാം സംഭവം തുടങ്ങിയവ അതിൽ പ്രധാനപ്പെട്ട വയാണ്. ഉയർന്നുവന്ന ഓരോ വിഷയങ്ങളിന്മേലും നടന്ന ചർച്ച കമ്യൂണിസ്റ്റ്പാർട്ടിയുടെ ഗവൺമെന്റിലെ പങ്കാളിത്തത്തെ സംബന്ധിച്ച പ്രത്യയശാസ്ത്രധാരണക്ക് കൂടുതൽ വ്യക്തത വരുത്തുകയാണു ണ്ടായത്.

ആഗോളവൽക്കരണനയങ്ങൾക്ക് ഇന്ത്യയുടെ സാമ്പത്തികരംഗം കീഴ്പ്പെട്ടതോടെ വിദേശനിക്ഷേപം, വിദേശ വായ്പ, ഫണ്ടിങ്ങ് ഏജൻ സികൾ തുടങ്ങി അതേവരെ നേരിടേണ്ടി വന്നതിൽ നിന്നു വ്യത്യസ്ത ങ്ങളായ പുതിയ ചില വിഷയങ്ങളെ അഭിമുഖീകരിക്കേണ്ടതായും വന്നു. ഈ വിഷയങ്ങളോട് പാർട്ടി എടുക്കേണ്ട സമഗ്രമായ സമീപനമാണ് പതിനെട്ടാം കോൺഗ്രസ് അംഗീകരിച്ച *ചില നയപ്രശ്നങ്ങളെ പറ്റി* എന്ന രേഖ. ആ രേഖയിൽ നിലനിൽക്കുന്ന മുതലാളിത്ത വ്യവസ്ഥയോട് എതിരിട്ടിടപെടേണ്ടതെങ്ങനെ എന്നതു സംബന്ധിച്ച മാർക്സിസ്റ്റ് നിലപാട് പാർട്ടി വ്യക്തമാക്കി.

നിലവിലുള്ള വ്യവസ്ഥയെ വിപ്ലവകരമായി മാറ്റി മറിക്കുക എന്ന അടിസ്ഥാനത്തിലായിരിക്കണം ഒരു ബദൽ സോഷ്യലിസ്റ്റ്ക്രമത്തിനു വേണ്ടിയുള്ള പോരാട്ടം നടത്തേണ്ടത്. ഇതിനായി വിപ്ലവ ശക്തികൾ നിലവിലുള്ള ലോകയാഥാർഥ്യങ്ങളിൽ ഇടപെട്ട് പ്രതികരിക്കേണ്ടതുണ്ട്. ഇതിന്റെ ഒരേയൊരു ലക്ഷ്യം സോഷ്യലിസത്തിന് അനുകൂലമായി ശാക്തിക ബലാബലത്തിൽ മാറ്റം വരുത്തുക എന്നതാണ്. ഇത്തരത്തിൽ ഇടപെട്ടുള്ള പ്രതികരണത്തിന്റെ അടിസ്ഥാനത്തിലായിരിക്കണം വിപ്ലവ കരമായ മാറ്റത്തിനുള്ള പ്രക്രിയ നടക്കേണ്ടത്. മറിച്ച് നിലവിലുള്ള യാഥാർഥ്യങ്ങളിൽ നിന്ന് ഒളിച്ചോടാമെന്ന ചിന്തകളില്ലല്ല. ലോക തൊഴി ലാളി വർഗത്തിന്റെ നേതൃത്വത്തിലുള്ള എല്ലാ വിപ്ലവകരമായ പ്രസ്ഥാന ങ്ങളുടെയും ചരിത്രമാകെ സോഷ്യലിസ്റ്റ് ബദൽ സ്ഥാപിച്ചെടുക്കുന്നതിന് ആവശ്യമായ ഭൗതികശക്തികളെ രൂപപ്പെടുത്തുന്നതിന്വേണ്ടി നിലവി ലുള്ള യാഥാർഥ്യങ്ങളിൽ ഇടപെട്ട് പ്രതികരിച്ചതിന്റേതാണ്.

അങ്ങനെയുള്ള ഒരു പ്രതികരണമായിരുന്നു 1957ലെ ഇ എം എസ് മന്ത്രിസഭ. അന്നു മുതൽ ഇപ്പോഴത്തെ വി എസിന്റെ മന്ത്രിസഭ

ഇന്ത്യൻ കമ്യൂണിസ്റ്റ് പാർട്ടി (മാർക്സിസ്റ്റ്)

പാർട്ടി പരിപാടി

1

ഇരട്ടത്താപ്പിന്റെ രാഷ്ട്രീയം

"**അ**ടിസ്ഥാനവർഗ നിലപാടുകൾ കൈയൊഴിച്ച് സാമ്രാജ്യത്വ ആഗോളീകരണത്തിന്റെ നടത്തിപ്പുകാരെന്ന നിലയിൽ ഭരണവർഗ പാളയത്തിലേക്ക് ചേക്കേറിയ സ പി ഐ (എം) അഭൂതപൂർവ്വമായ ആഭ്യന്തര പ്രതിസന്ധിയെയാണ് അഭിമുഖീകരിക്കുന്നത് (സഖാവ് – സി പി ഐ (എം എൽ) മുഖപത്രം വാള്യം 2 ലക്കം – 2)

"നയപരമായ വ്യവസ്ഥകൾ ഇല്ലാത്തതും രാജ്യത്തിന് ഗുണപ്ര ദമായ രീതിയിൽ തൊഴിലവസരങ്ങളും സാങ്കേതികവിദ്യയും കൊണ്ടു വരുന്നതുമായ വായ്പകൾ സാമ്രാജ്യത്വകേന്ദ്രങ്ങളിൽനിന്ന് സ്വീക രിക്കാമെന്ന സി പി ഐ (എം) നിലപാട് ശുദ്ധ അസംബന്ധമാണ്, രാജ്യ ദ്രോഹമാണ്. സാമ്രാജ്യത്വ ആഗോളീകരണകാലത്ത് ഫണ്ടിങ്ങ് ഏജൻ സികളിൽ നിന്നടക്കം കടന്നുവരുന്ന വായ്പാ മൂലധനവും നിക്ഷേപ മൂലധനവും ഒന്നൊഴിയാതെ ഘടനാക്രമീകരണ പരിഷ്കാരങ്ങൾ അടിച്ചേൽപ്പിക്കുന്നതും സാമൂഹ്യ സുരക്ഷാ പദ്ധതികൾ ഇല്ലാതാക്കുന്ന തും തൊഴിലവസരങ്ങൾ നഷ്ടപ്പെടുത്തുന്നതും കാലഹരണപ്പെട്ടതും ഉപയോഗപ്രദമല്ലാത്തതുമായ സാങ്കേതികവിദ്യകൾ ദരിദ്ര രാജ്യങ്ങളുടെ മേൽ കെട്ടിയേൽപ്പിക്കുന്നതുമാണെന്നത് വർത്തമാനകാല യാഥാർഥ്യ ങ്ങളാണ്." (സഖാവ് മുഖപ്രസംഗം അതേ ലക്കം)

"പുത്തൻകോളനിവൽക്കരണത്തിന്റെയും കൂലിയടിമത്വത്തി ന്റെയും ദേശദ്രോഹത്തിന്റെയും ഏററവും സാന്ദ്രീകൃതരൂപങ്ങളായ പ്രത്യേക സാമ്പത്തികമേഖലകൾ രാജ്യമാസകലം സ്ഥാപിക്കാനുള്ള നിയമനിർമാണത്തിന് കേന്ദ്രസർക്കാരിനെ പിന്താങ്ങുകയും ബംഗാളിലും കേരളത്തിലും ത്രിപുരയിലും മററു സംസ്ഥാനങ്ങളുമായി മത്സരിച്ചു

കൊണ്ട് അവ നടപ്പാക്കുകയയും മററു സംസ്ഥാനങ്ങളിൽ അവ നടപ്പാക്കു ന്നതിനെതിരെ വഞ്ചനാപരമായി എതിർപ്പു പ്രകടിപ്പിക്കുകയുമാണ് സി പി ഐ (എം) (സഖാവ്. അതേ ലക്കം)

മുകളിൽ കൊടുത്തത് ഒരു വിഭാഗം നക്സലൈററുകളുടെ ഔദ്യോ ഗിക അഭിപ്രായങ്ങളാണ്. ചില കല്പിത ബുദ്ധിജീവികളും കപട കമ്യൂ ണിസ്റ്റുകളും സമാനമായ ആശയങ്ങൾ ഇവിടെ പ്രചരിപ്പിച്ചുകൊണ്ടി രിക്കുന്നു. അഖിലേന്ത്യാതലത്തിലും സമാനപ്രവണതകൾ പ്രത്യക്ഷ പ്പെടുന്നുണ്ട്. ബംഗാളിൽ തൃണമൂൽ കോൺഗ്രസ്സ് മുതൽ ചില ഇടതു പക്ഷ പാർട്ടികൾ വരെ ഏറെക്കുറെ സമാനാശയങ്ങളാണ് പ്രചരിപ്പിച്ചു കൊണ്ടിരിക്കുന്നത്. കേരളത്തിൽ ചില ഇടതു യുവജന വിദ്യാർഥി സംഘടനകൾ സമാനാശയങ്ങൾ പങ്കുവെക്കുന്നുണ്ട്. മൊത്തത്തിൽ നോക്കിയാൽ വിദേശ മൂലധനത്തിന്റെ കാര്യത്തിൽ സി പി ഐ (എം) ന് ഇരട്ടത്താപ്പാണ് എന്ന കാര്യത്തിൽ ഇവരൊക്കെ യോജിക്കുന്നതായി കാണാം.

ഉദാഹരണത്തിന് മാർച്ച് 8-ന് എ ഡി ബി വിരുദ്ധ സമരത്തിന്റെ പ്രസക്തി എന്ന പേരിൽ സി പി ഐ (എം എൽ) അഖിലേന്ത്യ സെക്ര ട്ടറി കെ എൻ രാമചന്ദ്രൻ *മാധ്യമത്തിലെഴുതിയ* ലേഖനത്തിൽ കേരള ത്തെ വെനിസേലയോടാണ് തട്ടിച്ചുനോക്കിയിരിക്കുന്നത്. ലാ റ്റിനമേരിക്കയിൽ വെനിസേലയിലെ ഷാവേസ് ഉൾപ്പെടെയുള്ള ജനകീയ നേതാക്കൾ ഐ എം എഫിനും ലോകബാങ്കിനും അമേരിക്കൻ മൂലധന വിപണിശക്തികൾക്കും ബഹുരാഷ്ട്ര കുത്തകകൾക്കുമെതിരെ വിട്ടു വീഴ്ചയില്ലാത്ത നിലപാടുകൾ സ്വീകരിച്ച് സ്വാശ്രിത വികസനത്തി നുള്ള പദ്ധതികൾ ആവിഷ്കരിക്കുകയാണ്. പക്ഷെ കേരളത്തിൽ വെനിസേല യേയും ഇറാക്കിനേയുംകുറിച്ച് ആവർത്തിച്ച് വോട്ട് മേടിക്കുന്ന എൽ ഡി എഫും അധികാരത്തിൽ വരുമ്പോൾ യു ഡി എഫിന്റെ പര്യായമായി മാറുകയാണ് എന്ന ആക്ഷേപം ഉന്നയിച്ചിരിക്കുന്നു. ഈ താരതമ്യത്തിൽ നിന്നുതന്നെ നക്സലുകളുടെ ആശയവൈകല്യം വ്യക്തമാകുന്നു. വെനിസേല എന്ന സ്വതന്ത്രരാജ്യത്തിന്റെ ഭരണാധികാരിയാണ് ഷാവേസ്. കേരളത്തിൽ വി എസ് അച്യുതാനന്ദനും പശ്ചിമബംഗാളിൽ ബുദ്ധദേവ് ഭട്ടാചാര്യയും ത്രിപുരയിൽ മണിക് സർക്കാരും ഒക്കെ ഏതെങ്കിലും പരമാധികാര രാജ്യത്തിന്റെ ഭരണാധികാരികളല്ല. അവർ നയിക്കുന്നത് മുതലാളിത്തവ്യവസ്ഥ നിലനിൽക്കുന്നതും സാമ്രാജ്യ ത്വവുമായി കൂടുതൽ കൂടുതൽ സഹകരിക്കുന്നതും അതിനനുസരിച്ച് ഭരണനയങ്ങൾ മാറ്റിക്കൊണ്ടിരിക്കുന്നതുമായ ഒരു പരമാധികാര രാജ്യത്തിലെ ഭരണകൂടത്തിനു കീഴിലുള്ള പരിമിതാധികാരങ്ങളുള്ള സംസ്ഥാനങ്ങളിലെ ഗവൺമെന്റുകളെയാണ്. സ്വന്തമായി സാമ്പത്തിക നയം രൂപീകരിക്കുവാനോ, ബലപ്രയോഗത്തിലൂടെ സമ്പത്തു പിടിച്ചെടു ക്കാനോ ഉള്ള യാതൊരധികാരവും സംസ്ഥാന ഗവൺമെന്റുകൾക്കില്ല. എന്നു മാത്രമല്ല ആഭ്യന്തരമായി വായ്പയെടുക്കണമെങ്കിൽ പോലും

കേന്ദ്രത്തിന്റെ മാർഗനിർദ്ദേശങ്ങൾ അംഗീകരിക്കുകയും അവരിൽ നിന്ന് അനുമതി വാങ്ങുകയും വേണം. ഈ പരിമിതികളൊന്നും കാണാൻ തയ്യാറാവുന്നില്ല എന്നതാണ് നക്സൽ കാഴ്ചപ്പാടിലെ സുപ്രധാന വൈകല്യം.

മൂർത്തമായ സാഹചര്യങ്ങളുടെ മൂർത്തമായ വിശകലനമാണ് മാർക്സിസത്തിന്റെ സത്ത. ആ സത്ത ഉൾക്കൊള്ളാനും പ്രാവർത്തിക മാക്കാനും കഴിഞ്ഞതുകൊണ്ടാണ് സാമ്രാജ്യത്വം മുതലാളിത്തത്തിന്റെ പരമോന്നതഘട്ടമാണെന്ന് മനസിലാക്കാനും, സാമ്രാജ്യത്വത്തിന്റെ ദുർബ ലകണ്ണി തകർക്കലാണ് എളുപ്പമെന്നു കണ്ടെത്താനും ലെനിന് കഴി ഞ്ഞത്. അങ്ങനെയാണ് മാർക്സും എംഗസും വിഭാവന ചെയ്തതിൽ നിന്ന് വ്യത്യസ്തമായ ഘട്ടത്തിലും രീതിയിലും റഷ്യയിൽ വിപ്ലവം നട ന്നത്.

എന്നാൽ ഈ കഴിവ് സി പി ഐ (എം എൽ)നോ ചില ഇടതുപക്ഷ ബുദ്ധിജീവികൾക്കോ ആർജിക്കുവാനായിട്ടില്ല എന്നാണ് അവരുടെ അഭിപ്രായപ്രകടനങ്ങൾ വ്യക്തമാക്കുന്നത്. കഴിഞ്ഞകാല ചരിത്രാ നുഭവങ്ങളുമായി ബന്ധപ്പെടുത്തി പഠിക്കേണ്ട ഒരു വിഷയമാണിത്. ഭരണകൂടവും ഗവൺമെന്റും തമ്മിലുള്ള വ്യത്യാസം, സി പി ഐ (എം) പരിപാടി (1964)യുടെ 112-ാം ഖണ്ഡിക രൂപപ്പെട്ടതിന്റെ ചരിത്ര പശ്ചാത്ത ലം,1957-ലേയും 1967-ലേയും കേരള ഭരണാനുഭവങ്ങൾ, പശ്ചിമബംഗാ ളിലെ ഭരണാനുഭവങ്ങൾ, ആഗോളവൽക്കരണത്തോടെ ഇന്ത്യൻ ഭരണവർഗനയങ്ങളിൽ വന്ന മാറ്റങ്ങൾ, സി പി ഐ (എം) പരിപാടി കാലോചിതമാക്കിയപ്പോൾ വരുത്തിയമാറ്റങ്ങൾ, *ചില നയപ്രശ്നങ്ങൾ* എന്ന രേഖയിലെ സമീപനം, എന്നിവയൊക്കെ ഇതുമായി ബന്ധപ്പെട്ടു പരിശോധിക്കേണ്ടതുണ്ട്. ആ പരിശോധനയിലാവട്ടെ മാർക്സിസം– ലെനിനിസത്തിന്റെ വളർച്ചയിൽ സി പി ഐ (എം) ഉം അതിന്റെ നയങ്ങൾ രൂപപ്പെടുത്തുന്നതിൽ മികച്ച സംഭാവന നല്കിയ ഇ എം എസും നൽ കിയ സംഭാവനകൾ ഏറെ പ്രയോജനകരമാണ്.

2

ഭരണകൂടവും ഗവൺമെന്റും

സി പി ഐ (എം) ന് ഇരട്ടത്താപ്പ് നയമാണുള്ളത് എന്ന വിമർ ശകരുടെ ആക്ഷേപത്തിന് മറുപടി പറഞ്ഞുകൊണ്ട് പ്രകാശ് കാരാട്ട് എഴുതിയ ലേഖനത്തിൽ "ഇന്ത്യൻ ഭരണഘടനാ സംവിധാനത്തിൻ കീഴിൽ സംസ്ഥാനസർക്കാരിന്റെ അധികാരത്തിന്റെ പരിമിതിയെക്കുറി ച്ച് ശരിയായി വിലയിരുത്തുന്നതിനുള്ള'' വിമർശകരുടെ കഴിവു കേടിനെക്കുറിച്ച് പറയുന്നുണ്ട്. "പാർട്ടി നേതൃത്വത്തിലുള്ള സർക്കാരുക ൾക്ക് എന്തുചെയ്യാൻ കഴിയും എന്നതിനെക്കുറിച്ചുള്ള സി പി ഐ (എം) ന്റെ ധാരണ സംബന്ധിച്ചും അവർക്ക് വലിയ പിടിപാടില്ല'' എന്നും വ്യക്ത മാക്കിയിട്ടുണ്ട്. പ്രകാശ് കാരാട്ടിന്റെ ഈ വാദഗതിയെ സംബന്ധിച്ച് കൂടുതൽ വ്യക്തമായി മനസിലാക്കണമെങ്കിൽ ഭരണകൂടം, ഗവൺമെന്റ് എന്നിവ സംബന്ധിച്ച് കൃത്യമായ മാർക്സിസ്റ്റ് ധാരണയുണ്ടാവണം.

ഭരണകൂടവും വിപ്ലവവും എന്നഗ്രന്ഥത്തിൽ "മാർക്സിന്റെ അഭിപ്രായത്തിൽ ഭരണകൂടം വർഗഭരണത്തിന്റെ ഒരു ഉപകരണമാണ്; ഒരു വർഗത്തിന്റെ കൈയിൽ മറ്റൊരു വർഗത്തെ മർദ്ദിക്കാനുള്ള ഉപക രണമാണ്." എന്ന് ലെനിൻ വ്യക്തമാക്കുന്നുണ്ട്. വർഗരഹിത സമൂഹ ത്തിൽ നിന്ന് വർഗസമൂഹം ഉരുത്തിരിയുന്നതിന്റെ ഭാഗമായാണ് ഭരണ കൂടം ഉത്ഭവിക്കുന്നത്. വർഗസമൂഹം ഇല്ലാതാവുന്നതോടെ ഇന്നത്തെ രീതിയിലുള്ള ഭരണകൂടം കൊഴിഞ്ഞുപോകും. "വർഗവൈരങ്ങളെ അനുരഞ്ജിപ്പിക്കുവാൻ വയ്യാതായിട്ടുണ്ടെന്നതിന്റെ പ്രത്യക്ഷരൂപവും ഫലവുമാണ് ഭരണകൂടം. വർഗവൈരങ്ങളെ എപ്പോൾ, എവിടെ, എത്ര കണ്ട്,അനുരഞ്ജിപ്പിക്കാൻ വയ്യാതായിട്ടുണ്ടോ അപ്പോഴും അവിടെയും അത്രകണ്ടുമാണ് ഭരണകൂടം ആവിർഭവിക്കുന്നത്." (ലെനിൻ) ഇതാണ്

ഭരണകൂടത്തെ സംബന്ധിച്ച മാർക്സിസ്റ്റ് കാഴ്ചപ്പാട്.

മന്ത്രിമാരും അവരടങ്ങുന്ന പാർലമെന്റും, പ്രസിഡന്റും, ഉദ്യോഗ സ്ഥവൃന്ദവും, പട്ടാളം, പോലീസ്, കോടതികൾ, ജയിൽ, എന്നിങ്ങനെ ഭരണത്തിന്റെ സമസ്തതലങ്ങളേയും ഉൾക്കൊള്ളുന്നതാണ് ഭരണകൂടം. തെരഞ്ഞെടുപ്പു നടക്കുന്നതിന്റെ ഭാഗമായി ഏതെങ്കിലും ഗവൺമെന്റ് മാറുന്നതിനനുസരിച്ച് ഭരണകൂടം മാറുന്നില്ല. 1947 ആഗസ്റ്റ് 15 വരെ ബ്രിട്ടീഷുകാരുടെ ആധിപത്യത്തിലുള്ള ഭരണസ്ഥാപനങ്ങളും അവരുടെ നിയമങ്ങളും ചട്ടങ്ങളും അടിസ്ഥാനപ്പെടുത്തി വിദേശതാല്പര്യ സംരക്ഷ ണാർഥമുള്ള ഒരു ഭരണകൂടമായിരുന്നു ഇന്ത്യയിലുണ്ടായിരുന്നത്. എന്നാൽ ബ്രിട്ടീഷുകാർ അധികാരം വിട്ടൊഴിഞ്ഞ് ഇന്ത്യ ഒരു റിപ്പബ് ളിക്കായി മാറിയപ്പോൾ ഇന്ത്യൻ ഭരണഘടനയായി ഭരണകൂടത്തിന്റെ അടിസ്ഥാനം. ബ്രിട്ടീഷ് മുതലാളിത്തത്തിന്റെ സ്ഥാനത്ത് ഭൂപ്രഭുത്വ വുമായി സന്ധിചെയ്ത ഇന്ത്യൻ മുതലാളിത്തവും ഭരണകൂടത്തിന്റെ നേതൃത്വത്തിലേക്കു വന്നു. അതുകൊണ്ടുതന്നെ അവരുടെ താല്പര്യാനു സരണമാണ് ഭരണകൂടം ഉപയോഗിക്കപ്പെട്ടത്. ജവാഹർലാൽ നെഹ്റു പ്രധാനമന്ത്രിയായ ആദ്യത്തെ സ്വാതന്ത്ര്യാനന്തര മന്ത്രിസഭ മുതൽ മൻമോഹൻസിംഗ് പ്രധാനമന്ത്രിയായ യു പി എ മന്ത്രിസഭവരെയുള്ള വയെല്ലാം ആ ഭരണകൂടത്തിന്റെ ഭാഗമായ ഗവൺമെന്റുകളായിരുന്നു.

മാറിമാറിവരുന്ന മന്ത്രിസഭകൾ സ്വീകരിക്കുന്ന നയസമീപന ങ്ങൾക്കനുസരിച്ച് ഭരണകൂടത്തിന്റെ ഒരു ഘടകം മാത്രമായ ഗവൺ മെന്റിന്റെ കാഴ്ചപ്പാടിലും നടപടികളിലും മാറ്റം വരും. അവ പുതിയ നിയമങ്ങൾ കൊണ്ടുവരുകയോ പഴയവ റദ്ദാക്കുകയോ ചെയ്യും. സംസ്ഥാനങ്ങളെ ഭാഷാടിസ്ഥാനത്തിലോ അല്ലാതെയോ വിഭ ജിക്കുകയോ പുനർവിഭജിക്കുകയോ ചെയ്യും. 1947 ന് മുമ്പ് തിരു വിതാംകൂർ, കൊച്ചി തുടങ്ങി നൂറുകണക്കിന് നാട്ടുരാജ്യങ്ങളും അവ യ്ക്ക് അവയുടേതായ ഭരണകൂടങ്ങളുമുണ്ടായിരുന്നു. എന്നാൽ അവയെല്ലാം ഇന്ത്യൻ യൂണിയനിൽ ലയിപ്പിക്കപ്പെട്ടതോടെ ആ ഭരണ കൂടങ്ങളെല്ലാം അപ്രത്യക്ഷമായി. അവയുടെ സ്ഥാനത്താണ് ഭാഷാ സംസ്ഥാനങ്ങൾ രൂപീകരിക്കപ്പെട്ടതും പിന്നീട് അവയിൽ പലതും പുനർ വിഭജിക്കപ്പെട്ടതും. അതായത് സംസ്ഥാനങ്ങൾ രൂപംകൊണ്ടതും നില നിൽക്കുന്നതും കേന്ദ്രഭരണത്തിന്റെ ഇഷ്ടാനിഷ്ടങ്ങൾക്കനുസരിച്ചാണ്. അവയും അവയിലെ ഗവൺമെന്റുകളും പരിമിതമായ അധികാരങ്ങളോടെ ഇന്ത്യൻ ഭരണകൂടത്തിനുകീഴിൽ പ്രവർത്തിച്ചു വരുന്നവയാണ്.

സംസ്ഥാനങ്ങളുടെ അധികാരപരിധിയിൽ വരുന്ന വിഷയങ്ങളെ ക്കുറിച്ച് ഇന്ത്യൻ ഭരണഘടനയുടെ ഏഴാം പട്ടികയിലാണ് പ്രതിപാദി ച്ചിട്ടുള്ളത്. ആ വിഷയങ്ങളിൽ നിയമനിർമാണത്തിന് സംസ്ഥാന നിയമസഭക്ക് പരമാധികാരമുണ്ടെങ്കിലും നിയമം നടപ്പിലാക്കണമെങ്കിൽ ഗവർണരുടെ അനുമതിവേണം. ഗവർണർക്ക് നിയമം രാഷ്ട്രപതിയുടെ പരിഗണനക്ക് അയക്കാനുള്ള അധികാരം പോലുമുണ്ട്. സംസ്ഥാന

വരെയുള്ള ഇടതുപക്ഷ ജനാധിപത്യമുന്നണി മന്ത്രിസഭകളും, പശ്ചിമ ബംഗാളിലെയും ത്രിപുരയിലേയും ഇടതുമന്ത്രിസഭകളും നേരിടേണ്ടി വന്ന സങ്കീർണ പ്രശ്നങ്ങളും അതിലോരോന്നിലും സി പി ഐ.(എം) സ്വീകരിച്ച തത്വാധിഷ്ഠിത നിലപാടുകളും വിശദീകരിക്കുവനാണ് ഈ ഗ്രന്ഥത്തിൽ ശ്രമിച്ചിട്ടുള്ളത്. സമകാലിക രാഷ്ട്രീയരംഗത്ത് അംഗീകൃത പാർട്ടി നിലപാടുകൾപോലും വളച്ചൊടിക്കപ്പെടുകയും വിവാദമാക്കപ്പെ ടുകയും ചെയ്യുമ്പോൾ ശരിയായ രാഷ്ട്രീയ നിലപാട് മനസിലാക്കാൻ ഈ ഗ്രന്ഥം ഉപകരിക്കും

ഡോ ടി എം തോമസ് ഐസക്
റോസ് ഹൗസ്, തിരുവനന്തപുരം

നിയമസഭയുടെ പരമാധികാരത്തിനുപോലും പരിമിതികളുണ്ടെന്നാണിത്
കാണിക്കുന്നത്.

അതുകൊണ്ടാണ് ഒരു ഭരണകൂടത്തിനുകീഴിൽ പ്രവർത്തിച്ചു
വരുന്ന പരിമിതാധികാരങ്ങളോടുകൂടിയവയാണ് സംസ്ഥാന ഗവൺ
മെന്റുകൾ എന്നു പറയുന്നത്. ഇന്ത്യയിലെ ഭരണകൂടം സ്വീകരിക്കുന്ന
അഖിലേന്ത്യാനയങ്ങൾ, അവയ്ക്ക് ആധാരമായ ഭരണഘടന എന്നിവ
യ്ക്ക് കീഴിലോ അതിന്റെ നാലതിരുകൾക്കുള്ളിലോ നിന്നു മാത്രമേ
കേരളം, പശ്ചിമബംഗാൾ, ത്രിപുര തുടങ്ങി ഏതുസംസ്ഥാനത്തും വരു
ന്ന ഗവൺമെന്റുകൾക്ക് ഭരിക്കാനാകൂ. ഭരണകൂടമാവട്ടെ മാർക്സും
ലെനിനുമൊക്കെ വ്യക്തമാക്കിയതുപോലെ വർഗഉപകരണമാണ്.
മുതലാളിത്ത വികസനപാത നടപ്പിലാക്കുന്നതിനായി വിദേശ ഫൈ
നാൻസ് മൂലധനവുമായി കൂടുതൽ കൂടുതൽ സഹകരിക്കുന്നതും
വൻകിട ബൂർഷ്വാസിയാൽ നയിക്കപ്പെടുന്നതുമായ ബൂർഷ്വാ ഭൂപ്രഭു
വർഗത്തിന്റെ ഉപകരണമാണ് ഇന്ത്യൻ ഭരണകൂടമെന്നാണ് സി പി ഐ
(എം) വിലയിരുത്തിയിരിക്കുന്നത്. ഭരണകൂടത്തിന് നേതൃത്വം നൽകുന്ന
വർഗത്തിന്റെ താല്പര്യ സംരക്ഷണാർഥമാണ് ഭരണകൂടം പ്രവർ
ത്തിക്കുക. അതിനെതിരായി ശബ്ദം ഉയർത്തുന്നവരെ ഭരണകൂടത്തി
ന്റെ വിവിധ ഉപകരണങ്ങൾ ഉപയോഗിച്ച് അടിച്ചമർത്തുകയും കീഴ്പ്പെ
ടുത്തി നിർത്തുകയും ചെയ്യും.

വൻകിട ബൂർഷ്വാസിയുടെയും അവരുടെ സഖ്യശക്തികളുടേയും
താല്പര്യം സംരക്ഷിക്കാൻ നിലകൊളളുന്ന ഇന്ത്യയിലെ ഭരണകൂടവും
കേന്ദ്രഗവൺമെന്റും ഒരുഭാഗത്തും അതിനെതിരായി പോരടിക്കുന്ന
കമ്യൂണിസ്റ്റ്പാർട്ടിയുടെ നേതൃത്വത്തിലുള്ള ഗവൺമെന്റ് സംസ്ഥാ
നത്തും അധികാരത്തിൽ വരുന്ന സ്ഥിതിയാണ് ചില സംസ്ഥാനങ്ങളിൽ
നിലവിലുള്ളത്.

ഇത് പ്രത്യക്ഷത്തിൽ തന്നെ വൈരുധ്യമുള്ള ഒന്നാണെന്ന് പറ
യേണ്ടതില്ലല്ലോ? "ബൂർഷ്വാ ഭരണകൂടത്തിനു പകരം തൊഴിലാളിവർഗ
ഭരണകൂടം സ്ഥാപിക്കാൻ ബലംപ്രയോഗിച്ച വിപ്ലവം കൂടാതെ
സാധ്യമല്ല" എന്ന് ലെനിൻ വ്യക്തമാക്കിയിട്ടുണ്ട്. എന്നാൽ ആ
വിപ്ലവത്തിന് ജനങ്ങളെയാകെ സംഘടിപ്പിക്കേണ്ടതുണ്ട്. അതിലേക്കുള്ള
ഒരു മാർഗമായി പാർലമെൻറിലേക്കും സംസ്ഥാന നിയമസഭകളിലേയ്
ക്കുമുള്ള തെരഞ്ഞെടുപ്പുകളേയും അതുവഴി അധികാരത്തിൽ വരാൻ
കഴിഞ്ഞാൽ അതിനേയും ഉപയോഗപ്പെടുത്തുക എന്ന സമീപനമാണ്
സി പി ഐ (എം) സ്വീകരിച്ചിരിക്കുന്നത്. ഈ സമീപനത്തിന്റെ
ഭാഗമായാണ് 1957-ൽ കേരളത്തിൽ ഇ എം എസിന്റെ നേതൃത്വത്തിലുള്ള
മന്ത്രിസഭ അധികാരത്തിൽ വന്നത്. ഇ എം എസിന് മുമ്പ് ഗയാനയിൽ
ചെഡ്ഡിജഗാന്റെ നേതൃത്വത്തിൽ ഒരു പ്രവിശ്യയിൽ മാത്രമായി പീപ്പിൾസ്
പ്രോഗ്രസ്സീവ് പാർട്ടി അധികാരത്തിൽ വന്നിരുന്നുവെങ്കിലും അതിന്റെ
അനുഭവം ലോകകമ്യൂണിസ്റ്റ്പ്രസ്ഥാനം പങ്കുവെച്ചിരുന്നില്ല.

വാസ്തവത്തിൽ മുതലാളിത്ത ഭരണകൂടം നിലവിലിരിക്കുന്ന ഒരു രാജ്യത്തിന്റെ ചെറിയൊരു ഭാഗത്ത് പരിമിതാധികാരങ്ങളോടെ കമ്യൂണിസ്റ്റുകാർ അധികാരത്തിൽ വരികയും ഭരിക്കാനാരംഭിക്കുകയും ചെയ്ത പ്പോൾ ഇ എം എസിന്റെയോ കമ്യൂണിസ്റ്റ് പാർട്ടിയുടേയോ മുന്നിൽ മുൻ അനുഭവങ്ങളോ കൃത്യതയുള്ള പ്രത്യയശാസ്ത്രധാരണയോ ഉണ്ടായി രുന്നില്ല. മാർക്സിസം –ലെനിനിസത്തിന്റെ വികാസത്തിന് സഹായക മായ ഒരു പ്രായോഗികാനുഭവമായിരുന്നു അത്. ആ പ്രായോഗികാനുഭവ ത്തെ ആശയപരമായി വികസിപ്പിച്ചത് കേരളത്തിലെ കമ്യൂണിസ്റ്റ് പ്രസ്ഥാ നവും അതിന് ബൗദ്ധികനേതൃത്വം കൊടുത്തത് ഇ എം എസുമാണ്.

3

കേരളത്തിൽ അധികാരത്തിലേയ്ക്ക്

ഇന്ത്യൻ വിപ്ലവത്തിന്റെ പാതയേത് എന്നത് സംബന്ധിച്ച് 1948–50 കാലത്ത് കമ്മ്യൂണിസ്റ്റ് പാർട്ടിയുടെ നേതൃത്വത്തിൽ രണ്ടു കാഴ്ച പ്പാടുകൾ രൂപപ്പെട്ടു. ഇന്ത്യൻവിപ്ലവം റഷ്യയിലെ ഒക്ടോബർ വിപ്ലവ ത്തിന്റെ മാതൃകയിലായിരിക്കണമോ, അതോ ചൈനീസ് മാതൃകയി ലായിരിക്കണമോ എന്നതായിരുന്നു തർക്കം. ഈ തർക്കത്തിനൊരു പരിഹാരം തേടി മോസ്കോയിലേക്ക് ഒരു പ്രതിനിധി സംഘത്തെ അയ ക്കാൻ പാർട്ടി തീരുമാനിച്ചു. 1950 ഡിസംബറിലെ കേന്ദ്രക്കമ്മിറ്റി യോഗ ത്തെ തുടർന്ന് മോസ്കോവിലേക്ക് രഹസ്യമായി പോയ പ്രതിനിധി സംഘത്തിൽ രാജേശ്വരറാവു, ബസവപുന്നയ്യ, ഡാങ്കെ, അജയ്ഘോഷ് എന്നിവരാണ് ഉണ്ടായിരുന്നത്. "സോവിയററ് യൂണിയനിലുള്ള ഞങ്ങ ൾക്ക് ഇന്ത്യയിലെ സ്ഥിതിഗതികളെക്കുറിച്ച് വളരെ ചുരുങ്ങിയ അറി വേ ഉള്ളൂ. അതുകൊണ്ട് നിങ്ങളുടെ പ്രസ്ഥാനത്തിന് ആവശ്യമായ സമൂർത്തമായ നിർദ്ദേശങ്ങളും ഉപദേശങ്ങളും നൽകാൻ ഞങ്ങളെ കൊണ്ടാവില്ല." എന്ന് സ്റ്റാലിൻ ആ ചർച്ചയിൽ വ്യക്തമാക്കി. ഇന്ത്യ ൻ വിപ്ലവത്തിന് ഏതെങ്കിലും രാജ്യത്തുനടന്ന വിപ്ലവം മാതൃകയാ ക്കാനാവില്ലെന്നും ഇന്ത്യൻപാത ഇന്ത്യയിലെ കമ്മ്യൂണിസ്റ്റ്പാർട്ടി യാണ് രൂപപ്പെടുത്തേണ്ടത് എന്നുമായിരുന്നു സ്റ്റാലിന്റെ ഉപദേശം. ആ ഉപദേശത്തിന്റെകൂടെ അടിസ്ഥാനത്തിലാണ് 1951 ലെ പാർട്ടി പരിപാടിയും നയപ്രഖ്യാപനരേഖയും അംഗീകരിക്കപ്പെട്ടത്.

തൊഴിലാളി വർഗത്തിന്റെ വിപ്ലവപാത നിർണയിക്കുവാനുള്ള മൗലിക സൈദ്ധാന്തിക നിലപാടുകളെക്കുറിച്ച് *കമ്മ്യൂണിസ്റ്റ്പാർട്ടി കേരളത്തിൽ* എന്ന ഗ്രന്ഥത്തിൽ ഇ എം എസ് എഴുതി:

ഒന്നാമത് ഇന്നത്തെ സാർവദേശീയവും ദേശീയവുമായ പരിത:
സ്ഥിതികളിൽ വിപ്ലവകരമായ അധികാരകയ്യേറ്റം എന്ന
കാഴ്ചപ്പാട് വിടാതെ അതിനു ജനങ്ങളെ തയ്യാറാക്കുന്ന എല്ലാ
മാർഗങ്ങളും അംഗീകരിക്കണം.

ഒരു വശത്ത് സായുധസംഘട്ടനങ്ങളൊന്നുമില്ലാതെ അഹിം
സാമാർഗത്തിലൂടെ സാമൂഹ്യവിപ്ലവം നടത്താമെന്ന വ്യാമോ
ഹം, മറുവശത്ത് വിപ്ലവമാർഗങ്ങൾ അംഗീകരിക്കുന്നതിന്റെ
പേരിൽ ബഹുജനസംഘടന, പത്രപ്രസിദ്ധീകരണാദികളടക്കം
എല്ലാ മാധ്യമങ്ങളും ഉപയോഗിച്ചുകൊണ്ടുള്ള രാഷ്ട്രീയ
പ്രചാരവേല, തെരഞ്ഞെടുപ്പുസമരങ്ങളിൽ പങ്കെടുക്കലും
തെരഞ്ഞെടുക്കപ്പെട്ട സ്ഥാപനങ്ങളുപയോഗിക്കലുമടക്കം
എല്ലാ നിയമവിധേയമാർഗങ്ങളും തരാതരം പോലെ അംഗീക
രിക്കൽ എന്നിവയെ തള്ളിക്കളയൽ – ഈ രണ്ടിനുമെതിരെ
സമരം നടത്തണം.

തെരഞ്ഞെടുപ്പുകളിൽ പങ്കെടുക്കേണ്ടതിന്റെ ആവശ്യകത
1951-ലെ നയപ്രഖ്യാപനരേഖ അംഗീകരിച്ചുവെങ്കിലും സംസ്ഥാനങ്ങ
ളിൽ പാർട്ടി അധികാരത്തിൽ വരാനിടയുണ്ടെന്നോ അങ്ങനെ അധി
കാരത്തിൽ വന്നാൽ ഭരിക്കുന്ന ഗവൺമെന്റുകളുടെ പരിമിതികളും
സാധ്യതകളും എന്തെന്നോ അതിൽ ചർച്ച ചെയ്തിരുന്നില്ല.

1957-ലെ തെരഞ്ഞെടുപ്പിനെ നേരിട്ടപ്പോഴാകട്ടെ കേരളത്തിലെ
തെരഞ്ഞെടുപ്പിൽ കമ്യൂണിസ്റ്റ് പാർട്ടിക്ക് വിജയസാധ്യതയില്ലെന്നാ
യിരുന്നു പാർട്ടി അഖിലേന്ത്യാസെക്രട്ടറിയുടെ വിലയിരുത്തൽ.
എന്നാൽ ആ വിലയിരുത്തൽ ശരിയല്ലെന്നും കമ്യൂണിസ്റ്റ്പാർട്ടി തെര
ഞ്ഞെടുപ്പിൽ ജയിക്കുന്നത് അസംഭാവ്യമല്ലെന്നും കേരളത്തിലെ
സഖാക്കൾക്ക് ശുഭപ്രതീക്ഷയുണ്ടായിരുന്നു. ഇ എം എസ്സ് പരസ്യമാ
യി അത് വ്യക്തമാക്കുകയും ചെയ്തു.

1952-ലെ തെരഞ്ഞെടുപ്പിനെ തുടർന്ന് തിരു-കൊച്ചി രാ ഷ്ട്രീയ
ത്തിൽ നടന്ന ചലനങ്ങൾ കോൺഗ്രസ്സിന്റെ രാഷ്ട്രീയ പാപ്പരത്തവും
അതിന്റെ നേതാക്കൾ തുടർന്നുപോരുന്ന പ്രവർത്തനമാർഗങ്ങളുടെ
കൊള്ളരുതായ്മയും ജനങ്ങൾക്ക് ബോധ്യപ്പെടുത്തികൊടുത്തി
രുന്നു. കോൺഗ്രസ്സിനെ പിന്തുണച്ച ജനവിഭാഗങ്ങൾക്കിടയിൽ
ഉയർന്നുവന്ന എതിർപ്പിനെ ഫലപ്രദമായി ഉപയോഗപ്പെടുത്താൻ
കമ്യൂണിസ്റ്റ്പാർട്ടിയുടെ തെരഞ്ഞെടുപ്പുതന്ത്രത്തിനു കഴിഞ്ഞു.
അങ്ങനെയാണ് 1957-ൽ ഇ എം എസിന്റെ നേതൃത്വത്തിലുള്ള മന്ത്രി
സഭ അധികാരത്തിൽ വന്നത്. ഇതിനെക്കുറിച്ച് 1957 ജൂലൈ 12ന് ചേർന്ന
കമ്യൂണിസ്റ്റ് പാർട്ടിയുടെ കേരള സംസ്ഥാനകമ്മിറ്റി ഇങ്ങനെ വില
യിരുത്തി:

കമ്യൂണിസ്റ്റ് പാർട്ടി നേതൃത്വത്തിലുള്ളതോ, അവർക്ക് പങ്കുള്ളതോ ആയ ഒരു ഗവൺമെന്റ് ബൂർഷ്വാ ജനാധിപത്യ സമ്പ്രദായമനുസരിച്ച് വിജയകരമായി ഭരണം നടത്തിയ ഒരനുഭവം നമ്മുടെ മുമ്പിലില്ല. പരമാധികാരമില്ലാതെ പരിമിതമായ അധികാ രങ്ങൾ വെച്ചുകൊണ്ട് ഭരണം നടത്തിയ അനുഭവങ്ങളും നമ്മുടെ പ്രസ്ഥാനത്തിന് ഇതിനുമുമ്പുണ്ടായിട്ടില്ല. ഒരു പരമാധികാര രാഷ്ട്രത്തിനുള്ള അധികാരങ്ങളല്ല ഒരു സ്റ്റേറ്റിലെ ഇന്ത്യൻഭരണ ഘടന അനുവദിക്കുന്ന പരിമിതമായ അധികാരങ്ങൾ മാത്രമാണ് നമുക്ക് കൈകാര്യം ചെയ്യാൻ കഴിയുന്നതെന്ന് നാം ഓർക്കണം. ഈ സാഹചര്യങ്ങളിൽ മാർക്സിസം-ലെനിനിസത്തിൽ ഉറച്ചു നിന്നുകൊണ്ട് നമ്മുടെ ലക്ഷ്യത്തിലേക്കുള്ള പാതയിൽ ഓരോ ചുവടും നാംതന്നെ നമ്മുടെ അനുഭവങ്ങളുടെയും മാർക്സിസം-ലെനിനിസത്തിന്റെയും വെളിച്ചത്തിൽ പുതുതായി വെട്ടിത്തുറക്കേ ണ്ടതായിട്ടുണ്ട്.

കേരളത്തിലും വെളിയിലുമുള്ള കമ്യൂണിസ്റ്റ്വിരുദ്ധരെ അരി ശംകൊള്ളിച്ച ഒരു സംഭവമായിരുന്നു ഇത്.അവരുടെ മുൻപന്തിയിൽ തന്നെ അഖിലേന്ത്യാ കോൺഗ്രസ്സ് നേതാക്കളുണ്ടായിരുന്നു. കോൺഗ്രസ്സ്പ്രസിഡന്റ് ധേബാറും ജനറൽ സെക്രട്ടറി ശ്രീമന്നാരാ യണനും മന്ത്രിസഭയുടെ സത്യപ്രതിജ്ഞ കഴിഞ്ഞു മണിക്കൂറുകൾ ക്കകം തന്നെ കമ്യൂണിസ്റ്റുകാരല്ലാത്ത കേരളീയരുടെ ജീവനും സ്വ ത്തിനും രക്ഷയില്ലാതായിരിക്കുന്നുവെന്ന കണ്ടുപിടുത്തം നടത്തി. കേരളത്തിലെ കമ്യൂണിസ്റ്റ് വിരുദ്ധമുന്നണിയുടെ ജീവാത്മാവും പരമാ ത്മാവുമായി അന്ന് പ്രവർത്തിച്ച ക്രിസ്ത്യൻ പള്ളിമേധാവികൾ അവ രുടെ കഴിവു മുഴുവൻ ഈ പ്രചാരവേലക്കുവേണ്ടി ഉപയോഗിച്ചു.
കമ്യൂണിസ്റ്റ്മന്ത്രിസഭ നിലവിൽവന്ന സാഹചര്യം സംബന്ധിച്ച് വ്യാപകമായ ഒരു വിരുദ്ധ പ്രചാരവേല കേരളത്തിലും പുറത്തുമുള്ള മാധ്യമങ്ങളിൽ നടന്നിരുന്നു. "കേരളത്തിലെ കമ്യൂണിസ്റ്റ്കാരും ലോകകമ്യൂണിസ്റ്റ് പ്രസ്ഥാനവും തമ്മിൽ ഉണ്ടെന്ന് പറയപ്പെട്ട വ്യത്യാസം, സമാധാനപരമായ പരിവർത്തനം സംബന്ധിച്ച് സോവി യറ്റ് പാർട്ടി നേതൃത്വം ആവിഷ്കരിച്ച പുതിയ സിദ്ധാന്തത്തിന്റെ പ്രായോഗിക സാധുത മുതലായവയാണ് ഒരുവശത്ത്. മറുവശത്താ കട്ടെ സേഛാധിപത്യ സിദ്ധാന്തത്തിൽ ഊന്നി നിൽക്കുന്ന കമ്യൂ ണിസ്റ്റുകാരുടെ കൈയിൽ ഭരണം കിട്ടിയാലുണ്ടാകുന്ന 'ആപത്തിനെ കുറിച്ചുള്ള മുന്നറിയിപ്പു'കളും ഉണ്ടായിരുന്നു." (കമ്യൂണിസ്റ്റ് പാർ ട്ടി കേരളത്തിൽ - ഇ എം എസ്)
കമ്യൂണിസ്റ്റുകാർ തെരഞ്ഞെടുപ്പിൽ പങ്കെടുത്തുകൊണ്ട് അധികാരത്തിൽ വരുന്നത് മാർക്സിസത്തിനെതിരാണ് എന്നതാ യിരുന്നു അന്ന് ഉയർന്നുവന്ന ഒരു പ്രധാന ആക്ഷേപം. ഇതിന് മറു

പടി പറഞ്ഞുകൊണ്ട് ഇ എം എസ് താഴെ പറയുംവിധം വൃക്ത മാക്കി: "മാർക്സിസത്തെക്കുറിച്ച് നല്ലതുപോലെ മനസ്സിലാക്കിയവ രെന്ന് നടിക്കുന്ന മാർക്സിസ്റ്റ് വിരുദ്ധർ പറഞ്ഞു പരത്തുന്നതുപോ ലെ, ബൂർഷ്വാ ജനാധിപത്യസ്ഥാപനങ്ങളിലേക്കുള്ള തെരഞ്ഞെടു പ്പിൽ പങ്കെടുക്കുക, സൗകര്യം കിട്ടിയാൽ ഗവൺമെന്റ് രൂപീകരി ക്കുകപോലും ചെയ്യുക എന്നത് മാർക്സിസത്തിനെതിരല്ല. യൂറോ പ്യൻ രാജ്യങ്ങളിലോരോന്നിലും നടന്ന ഓരോ തെരഞ്ഞെടുപ്പിനേയും അതിൽ തൊഴിലാളിവർഗപാർട്ടി നേടുന്ന ഓരോ വിജയത്തെയും മാർക്സും എംഗത്സും സദാ ഉറ്റുനോക്കിക്കൊണ്ടിരുന്നു. ഈ രംഗ ത്ത് നേടുന്ന ഓരോ നേട്ടവും തൊഴിലാളിവർഗപ്രസ്ഥാനത്തിന്റെ പുരോഗതിയിൽ അതിപ്രധാനമായ പങ്കു വഹിക്കുന്നതായി അവർ ചൂണ്ടിക്കാണിച്ചു" (*കമ്യൂണിസ്റ്റ് പാർട്ടി കേരളത്തിൽ – ഇ എം എസ്*)

4

"രാഷ്ട്രീയ ഞാണിന്മേൽക്കളി"

1957-ൽ അധികാരത്തിൽ വന്ന ഇ എം എസ് ഗവൺമെന്റ് അംഗീകരിച്ച ജനക്ഷേമ നടപടികളിൽ ഏറ്റവും പ്രധാനം 1959 ജൂണിൽ നിയമസഭ പാസ്സാക്കിയ കാർഷികബന്ധബിൽ ആണെന്നതിൽ തർക്കമില്ല. ആ ഗവൺമെന്റിനെ ഡിസ്മിസ് ചെയ്തതിനുശേഷം അധികാരത്തിൽ വന്ന ഗവൺമെന്റുകൾക്ക് അതിൽ വെള്ളം ചേർക്കാനായെങ്കിലും നിയമം പൂർണമായി ഉപേക്ഷിക്കാനായില്ല.

തന്റെ ഗവൺമെന്റ് നടപ്പിലാക്കികൊണ്ടിരിക്കുന്ന നടപടികളെ സംബന്ധിച്ച് ഇ എം എസ് പറഞ്ഞത് ഇങ്ങനെയാണ്:

> നമ്മുടെ ദേശീയ പ്രസ്ഥാനം ആവിഷ്കരിച്ചതും നാട്ടിലെ എല്ലാ രാഷ്ട്രീയ പാർട്ടികളും അംഗീകരിച്ചതുമായ ഒരു നയമാണ് കേരളത്തിലെ കമ്യൂണിസ്റ്റ് ഗവൺമെന്റ് നടപ്പാക്കികൊണ്ടിരിക്കുന്നത്.

> ഇത് കാർഷികരംഗത്തെ സംബന്ധിച്ചിടത്തോളം വളരെ ശരിയായിരുന്നു. സാമൂഹ്യ മേഖലയുടെ മറ്റു മേഖലകളിലെന്നപോലെ കാർഷികമേഖലയിലും ബൂർഷ്വാ പരിവർത്തനങ്ങൾ വരുത്തുന്നത് സ്വതന്ത്ര ഇന്ത്യയിൽ ഭരണവർഗമാകാൻ പോകുന്ന ബൂർഷ്വാസിയുടെകൂടെ ആവശ്യമായിരുന്നു. എന്നാൽ രാഷ്ട്രീയതാല്പര്യം മുൻനിർത്തി ആത്മാർഥതയോടെ ഈ നയം നടപ്പിലാക്കാൻ കോൺഗ്രസ്സ് തയ്യാറില്ലായിരുന്നു.

> അതുകൊണ്ട് കേരളത്തിൽ ഭരണകക്ഷിയായ കമ്യൂണിസ്റ്റ് പാർട്ടി, പാർട്ടിയുടെ പരിപാടിയല്ല മറിച്ച് കോൺഗ്രസ്സിന്റെ സംസ്ഥാന ഗവൺമെന്റുകൾ നടപ്പിലാക്കാൻ കൂട്ടാക്കാത്ത കോൺഗ്രസ്സിന്റെ നയമാണ്

ഇവിടെ നടപ്പിലാക്കുകയെന്ന് പ്രഖ്യാപിച്ചു. കോൺഗ്രസ്സും കമ്യൂണിസ്റ്റ് പാർട്ടിയും തമ്മിലുള്ള വ്യത്യാസം ജനങ്ങൾക്ക് അനുഭവവേദ്യമായി. മുതലാളിത്തവ്യവസ്ഥയിൽ ഒരു സംസ്ഥാനത്തു മാത്രമായി പരിമിത അധികാരങ്ങളോടെ വരുന്ന ഗവൺമെന്റിന് നേതൃത്വം കൊടുക്കുന്ന കമ്യൂണിസ്റ്റ് ഭരണത്തിന്റെ സാധ്യതയെന്ത് എന്ന് വ്യക്തമാക്കുന്ന ഒന്നാ യിരുന്നു കാർഷികബന്ധനിയമം.

എന്നാൽ വ്യാവസായികരംഗത്ത് മുതലാളിത്തമവസാനിപ്പിച്ച് സോ ഷ്യലിസം നടപ്പാക്കുക എന്ന കടമയേറെറടുക്കുവാൻ സംസ്ഥാന ഗവൺ മെന്റിന് കഴിയുമായിരുന്നില്ല. അധികാരമേറെറടുക്കുമ്പോൾ തന്നെ ഇ എം എസിനും കമ്യൂണിസ്റ്റ്പാർട്ടിക്കും ഈ കാര്യത്തിൽ വ്യക്തതയു ണ്ടായിരുന്നു. സത്യപ്രതിജ്ഞക്കുശേഷം നടത്തിയ പ്രഭാഷണത്തിൽ ഈ കാര്യം അർഥശങ്കയ്ക്കിടയില്ലാത്ത വിധം ഇ എം എസ് പ്രഖ്യാപിച്ചു:

ഞാൻ രൂപീകരിക്കാൻ പോകുന്ന ഗവൺമെന്റ് കമ്യൂണിസ്റ്റ് പാർട്ടിയുടെ തെരഞ്ഞെടുപ്പ് വിജ്ഞാപനത്തിൽ പറഞ്ഞ അടിയ ന്തര പരിപാടികൾ നടപ്പിൽ വരുത്തുന്ന ഒരു ഗവൺമെന്റാ യിരിക്കും. അല്ലാതെ കമ്യൂണിസ്റ്റ് സമ്പ്രദായം കെട്ടിപ്പടുക്കുന്ന ഒരു ഗവൺമെന്റായിരിക്കില്ല.

ഞാൻ ശ്വസിക്കുന്നതുപോലും കമ്യൂണിസം സ്ഥാപിക്കുന്ന തിലേയ്ക്കുള്ള ആദ്യത്തെ നടപടിയായിരിക്കും. എന്നാൽ ഈ ഗവൺമെന്റ് അത്തരത്തിലുള്ള ഒരു സമുദായം സ്ഥാപിക്കുവാൻ ശ്രമിക്കുകയില്ല.

വ്യവസായവും കച്ചവടവും വളർത്താനും മറ്റു സാമ്പത്തിക പ്രവർത്തനങ്ങളിലേർപ്പെടാനും മുതലാളിമാരെ പ്രോത്സാഹി പ്പിക്കും. അതേസമയം അമിതമായ ലാഭമടിക്കുന്നതിൽ നിന്ന് അവരെ തടയുന്നതുമാണ്.

പാർട്ടിയെ സംബന്ധിച്ചാണെങ്കിൽ എവിടെ നിന്നുള്ള മൂല ധനത്തെയും – അമേരിക്കൻ മൂലധനത്തെകൂടി– സ്വാഗതം ചെയ്യു ന്നതാണ്. പക്ഷേ അത് ന്യായമായ വ്യവസ്ഥകളിന്മേലായിരിക്കു മെന്നു മാത്രം. (*സമ്പൂർണകൃതികൾ സഞ്ചിക 18 പേജ് 116*)

ഈ പ്രഖ്യാപിത നയത്തിന്റെ അടിസ്ഥാനത്തിലാണ് അന്നത്തെ കുത്തകമുതലാളി കുടുംബങ്ങളിലെ രണ്ടാം സ്ഥാനക്കാരായ ബിർളയെ കേരളത്തിൽ വ്യവസായം നടത്താൻ ക്ഷണിച്ചത്. ബിർളാകുടുംബം സ്വാതന്ത്ര്യസമരകാലത്തും തുടർന്നും കോൺഗ്രസ്സിനുമേൽ വലിയ സ്വാധീനം നേടിയിരുന്നു. അതുപയോഗിച്ച് അവരുടെ ബിസിനസ് സാമ്രാജ്യം വികസിപ്പിക്കുകയും ചെയ്തിരുന്നു. കമ്യൂണിസ്റ്റ്പാർട്ടിയുടെ നിശിത വിമർശനത്തിന് സ്വാഭാവികമായും ഇരയായിരുന്ന കുത്തക കുടുംബമായിരുന്ന ജി ഡി ബിർളയുടേ.

അങ്ങനെയൊരാളിന്റെ നേരിട്ടുള്ള ഉടമസ്ഥതയിൽ നടന്നുവരുന്ന

ഗ്വാളിയോർ റയോൺസ് കമ്പനിയുമായാണ് ഇന്ത്യയിലെ ആദ്യത്തെ കമ്യൂണിസ്റ്റ് ഗവൺമെന്റ് കരാർ ഉണ്ടാക്കിയത്. ജനങ്ങളിൽ തെ റ്റിദ്ധാരണയും ഒപ്പം വിമർശനവും ഉണ്ടാക്കിയ ഒന്നായിരുന്നു ബിർളാ ക്കരാർ. ഇത് രണ്ടും കമ്യൂണിസ്റ്റ്പാർട്ടിയ്ക്കകത്തും അലയടിച്ചു. മുത ലാലിത്തത്തിനെതിരായി പോരാടുന്ന കമ്യൂണിസ്റ്റുകാർ വൻകിട മുത ലാളിമാർക്ക് വ്യവസായം തുടങ്ങുവാൻ ഒത്താശയും സഹായവും ചെയ് തുകൊടുക്കുന്നതിലെ വൈരുധ്യം വിമർശകർക്ക് ഉൾക്കൊള്ളാനായില്ല. ഈ വിഷയത്തെ ഇ എം എസ് വൈരുധ്യാത്മകമായി വിശകലനം ചെയ്യുന്നത് നോക്കുക:

> മുതലാളിത്തത്തിനെതിരായി ജനങ്ങളെയാകെ അണിനിര ത്തി സോഷ്യലിസ്റ്റ്സമൂഹം നിലവിൽ വരുത്താൻ സംഘടിതമായി പ്രവർത്തിക്കുന്ന പാർട്ടിയാണ് കമ്യൂണിസ്റ്റുകാരുടേതെന്നതിൽ തർക്കമില്ല. ബിർളയെയും ടാററയെയുംപോലുള്ള മുതലാളിമാരെ തടിപ്പിക്കാൻ സഹായിക്കുന്ന കോൺഗ്രസ്സ് ഗവൺമെന്റിന്റെ നയ ത്തിന് പാർട്ടി തീർത്തും എതിരാണുതാനും. അപ്പോൾ പിന്നെ കമ്യൂ ണിസ്റ്റ് പാർട്ടി ബിർളയുമായി കരാറുണ്ടാക്കുകയോ? ഇതാണ് ചോദ്യം.
>
> ഇതിനൊരു മറുവശമുണ്ട്; പാർട്ടി ഇന്ന് പ്രവർത്തിക്കുന്നത് നിലവിലുള്ള ബൂർഷാ ചട്ടക്കൂടിനകത്താണ്, കോൺഗ്രസ്സ് ഗവൺ മെന്റ് തുടർന്നു പോരുന്ന നയസമീപനങ്ങൾക്ക് വിധേയമായാണ്. അങ്ങനെയേ പ്രവർത്തിക്കാൻ കഴിയു. ബൂർഷ്വാവർഗസ്വഭാവ ത്തോടെ രൂപപ്പെടുത്തിയ ഭരണഘടനയുടെ ചട്ടക്കൂടിനകത്തും കേന്ദ്രകോൺഗ്രസ് ഗവൺമെന്റിന്റെ ഭരണനയങ്ങൾക്ക് കീഴ്പ്പെട്ടും പ്രവർത്തിക്കുവാൻ ബാധ്യതപ്പെട്ട ഒരു സംസ്ഥാന ഗവൺമെന്റി ന്റെ മേൽനോട്ടമാണ് പാർട്ടി നടത്തികൊണ്ടിരിക്കുന്നത്. *(കമ്യൂ ണിസ്റ്റ് പാർട്ടി കേരളത്തിൽ)*

ഈ വിഷയത്തെ വിശകലനം ചെയ്യുക മാത്രമല്ല അതിന് പരി ഹാരം കാണാനും ആദ്യത്തെ കമ്യൂണിസ്റ്റ് മുഖ്യമന്ത്രിയായ ഇ എം എസിന് കഴിയുന്നുണ്ട്:

> പാർട്ടിയുടെ മൗലികമായ നയസമീപനവും സാഹചര്യങ്ങൾ നിമിത്തം നടപ്പിൽ വരുത്താൻ പാർട്ടി ബാധ്യതപ്പെട്ട സമീപനവും തമ്മിൽ പ്രത്യക്ഷത്തിൽ കാണുന്ന ഈ വൈരുധ്യം എങ്ങനെ ഇല്ലാതാക്കാം? മററു പല പ്രശ്നങ്ങളിലുമെന്നതുപോലെ ഇതിലും പാർട്ടിയുടെ അന്തിമലക്ഷ്യംവിടാതെയും അതിലേക്കെത്താൻ സഹായിക്കുന്ന വിധത്തിലും ഇന്ന് പ്രായോഗികമായി ചെയ്യാൻ കഴിയുന്ന കാര്യങ്ങൾ ചെയ്യുകയെന്ന തത്വാധിഷ്ഠിതവും പ്രായോ ഗികവുമായ നിലപാടുകൾ എടുക്കുകയല്ലാതെ വേറെ പരിഹാര മാർഗമില്ല. *(അതേകൃതി)*

കാർഷികബന്ധബിൽ മുതലാളിത്ത വ്യവസ്ഥയ്ക്കകത്തെ കമ്യൂ ണിസ്റ്റ് ഗവൺമെന്റിന്റെ സാധ്യതയാണ് വെളിപ്പെടുത്തിയതെങ്കിൽ ബിർളാക്കരോർ അതിന്റെ പരിമിതിയെയാണ് വെളിവാക്കിയത്. ഈ അനുഭവത്തിന്റെ അടിസ്ഥാനത്തിലാണ് തന്റെ ഭരണത്തിനെക്കുറിച്ച് തികച്ചും വസ്തുനിഷ്ഠമായ അഭിപ്രായം രൂപപ്പെടുത്താൻ ഇ എം എസിനു കഴിഞ്ഞത്.

1959 – ൽ സോവിയറ്റ് യൂണിയനിൽ വെച്ചാണ് ഈ വിലയി രുത്തൽ അദ്ദേഹം നടത്തിയത്. അത് നമുക്ക് അദ്ദേഹത്തിന്റെ വാക്കുക ളിൽ തന്നെ വായിച്ചെടുക്കാം:

1959-ൽ മോസ്കോവിൽ അവിടത്തെ പൗരസ്ത്യ രാജ്യവിദഗ്ദ്ധരായ പണ്ഡിതന്മാരുമായി സംസാരിക്കുന്നതിനിടയ്ക്ക് ഈ ലേഖകൻ (ഇ എം എസ്) ഇങ്ങനെ പറഞ്ഞു.

ഇന്ത്യയിൽ നിലവിലുള്ള വർഗ സമൂഹവ്യവസ്ഥയുടെ അടിതുരക്കാനുള്ള പ്രവർത്തനത്തിലേർപ്പെട്ടിട്ടുള്ള തൊഴിലാളി വർഗപാർട്ടിയുടെ പ്രതിനിധിയാണ് ഞാൻ. എന്നാൽ ആ വർഗ സമൂഹ വ്യവസ്ഥയുടെ ഉപകരണങ്ങളിലൊന്നായ കേരളഗവൺ മെന്റിന്റെ തലവനെന്ന നിലയ്ക്കാണ് ഞാൻ ഇന്ന് പ്രവർത്തി ക്കുന്നത്. ഈ ഇരട്ടസ്വഭാവമുള്ള എന്റെ പ്രവർത്തനം വലിയൊരു രാഷ്ട്രീയ ഞാണിന്മേൽക്കളിയാണ് (അതേ പുസ്തകം).

സ്വയം രാഷ്ട്രീയ ഞാണിന്മേൽക്കളിയെന്ന് വിശേഷിപ്പിച്ച തന്റെ പ്രവർത്തനാനുഭവത്തെ ഇട്ടെറിഞ്ഞ് ഓടിപ്പോകാനോ മററാരെയെങ്കിലും കുററപ്പെടുത്തി സ്വയം മേനിനടിക്കാനോ ഇ എം എസ് തയ്യാറായില്ല. തന്റെ പ്രവർത്തനാനുഭവത്തെ മാർക്സിസം –ലെനിനിസത്തിന്റെ അടിസ്ഥാനത്തിൽ മൂർത്തമായി വിശകലനം ചെയ്യാനും പരിഹാരം കണ്ടെത്താനും അതുവഴി മാർക്സിസം –ലെനിനിസത്തിന്റെ തന്നെ വളർച്ചയ്ക്ക് മുതൽക്കൂട്ടാക്കാനും ഇ എം എസിന് കഴിഞ്ഞു.

5

ഇന്ത്യൻ സാഹചര്യം

മാർക്സിസം–ലെനിനിസത്തിന് ഇ എം എസ് നൽകിയ സംഭാവ നയുടെ വിശദാംശങ്ങളിലേക്ക് കടക്കുന്നതിന് മുമ്പ് ആ കാഴ്ചപ്പാട് വികസിച്ചുവന്ന ഇന്ത്യൻ സാഹചര്യം, ആ സാഹചര്യം മാറി തീർക്കു ന്നതിന് സ്വീകരിക്കേണ്ട അടിയന്തര നടപടികൾ, ദീർഘകാല നടപടി കൾ എന്നിവ സംബന്ധിച്ച കമ്യൂണിസ്റ്റ്പാർട്ടിയുടെ നിലപാടുകൾ വിശദീകരിക്കേണ്ടതുണ്ട്.

പടിഞ്ഞാറൻ യൂറോപ്പിലും മററു വികസിത മുതലാളിത്ത രാജ്യ ങ്ങളിലും ഉണ്ടായതുപോലെയല്ല ഇന്ത്യയിൽ മുതലാളിത്ത വികസനം നടന്നത്. മുതലാളിത്തം വളർന്നത് ഫ്യൂഡലിസത്തെ തകർത്തുകൊ ണ്ടാണ്. എന്നാൽ ഒരു നൂററാണ്ടിലേറെക്കാലം ഇന്ത്യ ഭരിച്ച ബ്രിട്ടീഷു കാരോ 1947 –ൽ അധികാരമേറാ ഇന്ത്യൻ ബൂർഷ്വാസിയോ ഇവിടെ മുതലാളിത്ത പൂർവവ്യവസ്ഥയെ ഇല്ലായ്മ ചെയ്തില്ല. അതുകൊണ്ട് ലോകത്തിൽ ഒരിടത്തുമില്ലാത്ത ജാതി – വർഗീയ – ഗോത്ര സ്ഥാപന ങ്ങളും കുത്തക മുതലാളിത്താധിപത്യവും ഒത്തുചേർന്ന ഒരു പ്രത്യേക തരം സംയോ ജനമായാണ് ഇന്ത്യൻ സമൂഹം നിലനിൽക്കുന്നത്.

ഒരു ഭാഗത്ത് സാമ്രാജ്യത്വത്തിനെതിരായി ജനങ്ങളെ അണിനി രത്തുകയും മറുഭാഗത്ത് സാമ്രാജ്യത്വവുമായി സന്ധിചെയ്യുകയും ചെയ്യുന്ന സ്വാതന്ത്ര്യ സമരകാലത്തെ ദ്വിമുഖനയം തന്നെയാണ് ഭരണ വർഗമായ ബൂർഷ്വാസി ഇന്ത്യയിൽ നടപ്പാക്കിയത്. സാമ്രാജ്യത്വവും നാടുവാഴിത്തവും ഒരുഭാഗത്തും ബൂർഷ്വാസിയടക്കമുള്ള ജനത മറു ഭാഗത്തും ആയുള്ള വൈരുധ്യങ്ങൾ ഇക്കാലത്ത് വളർന്നുവന്നു. സോഷ്യലിസ്റ്റ് ചേരിയുടെ ആവിർഭാവം പുതിയ അവസരങ്ങൾ തുറന്നിട്ടു.

എന്നിട്ടും ഭരണകൂടത്തെ നയിച്ച ഇന്ത്യയിലെ വൻകിട ബൂർഷ്വാസി സാമ്രാജ്യത്വത്തെയും ഭൂപ്രഭുത്വത്തെയും എതിർത്തു തോല്പിക്കാൻ തയ്യാറായില്ല. ഭരണകൂടത്തിലെ സ്വാധീനവും പുതിയ അവസരങ്ങളും ഉപയോഗപ്പെടുത്തി ഭൂപ്രഭുത്വമായി സന്ധിചെയ്തും സാമ്രാജ്യത്വവുമായി കൂടുതൽഅടുത്തുകൊണ്ടും സ്വന്തംനില മെച്ചപ്പെടുത്താനാണ് ഇന്ത്യ യിലെ വൻകിട ബൂർഷ്വാസി ശ്രമിച്ചത്. മറുഭാഗത്ത് ചില ഘനവ്യവസായ ങ്ങൾ സ്ഥാപിക്കാനും സാമ്രാജ്യത്വവുമായി വിലപേശാനും വേണ്ടി സോ ഷ്യലിസ്റ്റ് സഹായം സ്വീകരിക്കാനും ഇന്ത്യൻ ഭരണവർഗം തയ്യാറായി.

നിലവിലുള്ള പാർലമെന്ററിവ്യവസ്ഥയെ ഭരണാധികാരിവർഗം തങ്ങ ളുടെ സങ്കുചിത താൽപര്യങ്ങൾ രക്ഷിക്കാനും അദ്ധ്വാനിക്കുന്ന ജനവിഭാ ഗങ്ങളെ അടിച്ചമർത്താനുമുള്ള ഉപകരണമാക്കി മാറ്റി. എന്നാൽ പാർലമെന്ററിവ്യവസ്ഥ തങ്ങളുടെ താൽപര്യങ്ങൾക്ക് എതിരാണെന്ന് തോന്നുന്ന ഘട്ടങ്ങളിൽ അകത്തുനിന്നും പുറത്തുനിന്നും പാർലമെന്ററി വ്യവസ്ഥയെ തുരങ്കംവെക്കാനാണ് ഭരണാധികാരിവർഗം ശ്രമിച്ചത്. അതിന്റെ ഉത്തമ ദൃഷ്ടാന്തമാണ് അടിയന്തരാവസ്ഥാ പ്രഖ്യാപനം. പാർലമെന്ററി വ്യവസ്ഥയെ ജനങ്ങൾ അവരുടെ മുന്നേറ്റത്തിനുവേണ്ടി ഉപയോഗപ്പെടുത്തുമ്പോൾ 1959-ൽ കേരളത്തിൽ ചെയ്തതുപോലെ പാർലമെന്ററി ജനാധിപത്യത്തെ അട്ടിമറിക്കാൻ ഭരണാധികാരി വർഗം യാതൊരു മടിയും കാണിച്ചില്ല.

ഈ സ്ഥിതിവിശേഷം കണക്കിലെടുത്തുകൊണ്ടാണ് "മുതലാ ളിത്ത വികസനപാത നടപ്പാക്കുന്നതിനായി വിദേശ ഫൈനാൻസ് മൂലധനവുമായി കൂടുതൽ കൂടുതൽ സഹകരിക്കുന്നതും വൻകിട ബൂർഷ്വാസിയാൽ നയിക്കപ്പെടുന്നതുമായ ബൂർഷ്വാ- ഭൂപ്രഭുവർഗ ഭരണത്തിന്റെ ഉപകരണമാണ് ഇന്നത്തെ ഇന്ത്യൻ ഭരണകൂട"മെന്ന് സി പി ഐ (എം) അതിന്റെ രൂപീകരണഘട്ടത്തിലേ വിലയിരുത്തിയത്.

മുതലാളിത്ത വ്യവസ്ഥയ്ക്ക് ഏകബദൽ സോഷ്യലിസവും കമ്യൂ ണിസവുമാണ്. തൊഴിലാളിവർഗ ഭരണത്തിൻകീഴിൽ മാത്രമെ യഥാർ ഥമായ സോഷ്യലിസ്റ്റ്സമൂഹം സ്ഥാപിക്കാൻ കഴിയൂ. എന്നാൽ ഇന്ത്യ യിലെ ഇന്നത്തെ പരിത:സ്ഥിതി സോഷ്യലിസ്റ്റ് വിപ്ലവത്തിന് ചേർന്നതല്ല. അതിന് മുമ്പായി ഒരു ഘട്ടം പിന്നിടേണ്ടതുണ്ട്. അതിനെക്കുറിച്ച് 1964 ൽ അംഗീകരിച്ച സി പി ഐ (എം) പരിപാടി പറഞ്ഞതിങ്ങനെയാണ്:

സോഷ്യലിസ്റ്റ് സമൂഹം കെട്ടിപ്പടുക്കുക എന്ന ലക്ഷ്യത്തിൽ ഉറച്ചു നിൽക്കുമ്പോൾത്തന്നെ ഇന്നത്തെ സാമ്പത്തിക വികസന ത്തിന്റെ നിലവാരവും തൊഴിലാളിവർഗത്തിന്റെയും തൊഴിലാളി വർഗ സംഘടനയുടെയും രാഷ്ട്രീയ - പ്രത്യയ ശാസ്ത്ര പക്വത യുടെ നിലവാരവും കണക്കിലെടുത്തുകൊണ്ട് ജനകീയജനാധി പത്യം സ്ഥാപിക്കുകയെന്ന അടിയന്തരലക്ഷ്യം കമ്യൂണിസ്റ്റ് പാർട്ടി ഓഫ് ഇന്ത്യ (മാർക്സിസ്റ്റ്) ജനങ്ങളുടെ മുമ്പിൽ വെച്ചുകൊ ള്ളുന്നു. ഇത് തൊഴിലാളിവർഗ നേതൃത്വത്തിൽ യഥാർഥത്തിലു

ള്ള ഭൂപ്രഭുവിരുദ്ധവും സാമ്രാജ്യത്വ വിരുദ്ധവുമായ എല്ലാ ശക്തിക ളുടെയും കൂട്ടുകെട്ടിന്റെ അടിസ്ഥാനത്തിലുള്ള ഒരു ഭരണകൂട മായിരിക്കും.

ഈ ജനകീയ ജനാധിപത്യ ഭരണകൂടത്തിന് മാത്രമേ പൂർത്തീ കരിക്കപ്പെടാതെ കിടക്കുന്ന മൗലികമായ ജനാധിപത്യ കടമകൾ വേഗത്തിലും സമഗ്രമായും ചെയ്തുതീർക്കുവാനും രാജ്യത്തെ സോഷ്യലിസ്റ്റ് പാതയിലേയ്ക്ക് നയിക്കാനും കഴിയൂ എന്നാണ് സി പി ഐ (എം) ന്റെ അഭിപ്രായം.

ഈ ലക്ഷ്യം നേടിയെടുക്കുന്നതിനുവേണ്ടി സഞ്ചരിക്കേണ്ട പാത യെക്കുറിച്ചും സി പി ഐ (എം) ന് വ്യക്തമായ നിലപാടുണ്ട്:

ജനകീയജനാധിപത്യം സ്ഥാപിക്കലും സോഷ്യലിസത്തി ലേയ്ക്കുള്ള പരിവർത്തനവും സമാധാനപരമായ മാർഗങ്ങളിലൂടെ കൈവരിക്കാനാണ് കമ്യൂണിസ്റ്റ് പാർട്ടി ഓഫ് ഇന്ത്യ (മാർക്സിസ്റ്റ്) പരിശ്രമിക്കുന്നത്. സുശക്തമായ ഒരു ബഹുജന വിപ്ലവപ്ര സ്ഥാനം വളർത്തിയെടുത്തുകൊണ്ടും പാർലമെന്ററി–പാർലമെ ന്റിതര സമരരൂപങ്ങളെ കൂട്ടിയിണക്കികൊണ്ടും പിന്തിരിപ്പൻ ശക്തികളുടെ എതിർപ്പിനെ പരാജയപ്പെടുത്താനും സമാധാനപ രമായ മാർഗങ്ങളിൽക്കൂടി പരിവർത്തനം സാധ്യമാക്കാനും വേണ്ടി തൊഴിലാളിവർഗവും അതിന്റെ സഖ്യശക്തികളും പരമാവധി പരിശ്രമിക്കുന്നതാണ്.

പക്ഷെ ഭരണാധികാരിവർഗങ്ങൾ ഒരിക്കലും അവരുടെ അധി കാരം സ്വമേധയാ കൈവെടിയുകയില്ലെന്ന് നാം എപ്പോഴും ഓർമ്മിക്കേണ്ടതുണ്ട്. ജനങ്ങളുടെ നിശ്ചയത്തെ ധിക്കരിക്കാനും അക്രമവും നിയമരാഹിത്യവുംകൊണ്ട് അതിനെ തകിടം മറിക്കാനും അവർ ഒരുമ്പെടുന്നു. അതുകൊണ്ട് വിപ്ലവശക്തികൾ എല്ലായ്പ്പോഴും ജാഗ്രതയോടുകൂടി ഇരിക്കേണ്ടതും രാജ്യത്തിന്റെ രാഷ്ട്രീയ ജീവിതത്തിലുണ്ടാകുന്ന എല്ലാ വളവുതിരിവുകളേയും എല്ലാ പ്രത്യേക സാഹചര്യങ്ങളേയും നേരിടത്തക്കവിധം സ്വന്തം പ്രവർത്തനത്തെ തിരിച്ചുവിടേണ്ടതുമാണ്.

എന്ന് സി പി ഐ (എം) പരിപാടി മുന്നറിയിപ്പു നൽകി.

6

ഇ എം എസിന്റെ സംഭാവന

ഏതാണ്ട് ഒരു ദശകത്തോളം നടന്ന ഉൾപ്പാർട്ടിസമരങ്ങൾക്കു ശേഷമാണ് 1964-ൽ അവിഭക്ത കമ്യൂണിസ്റ്റ് പാർട്ടി പിളരുന്നത്. 1964 ൽ സി പി ഐ (എം) ന്റെ ഏഴാം പാർട്ടി കോൺഗ്രസ് കൽക്കത്തയിലും സി പി ഐയുടേത് ബോംബെയിലും നടന്നു. ഇരുപാർട്ടികളും അവരു ടേതായ പാർട്ടി പരിപാടികൾ അംഗീകരിച്ചു.

സി പി ഐ യുടെ നാഷണൽ കൗൺസിലിൽ നിന്ന് 32 പേർ ഇറങ്ങിപ്പോന്നതോടെയാണ് പാർട്ടിയിലെ പിളർപ്പ് പൂർത്തിയായത്. എന്നാൽ ഇറങ്ങിപ്പോന്ന ഇടതു വിഭാഗവുമായി ഇ എം എസിന് പല കാര്യങ്ങളിലും പൂർണമായ യോജിപ്പുണ്ടായിരുന്നില്ല "ഈ ലേഖക നാകട്ടെ, (ഇ എം എസ്) ഇറങ്ങിപ്പോക്കിനെ തുടർന്ന് നടന്ന ചർച്ചകൾക്കി ടയിൽ ഇടതുപക്ഷ വിഭാഗക്കാരിൽ ഭൂരിപക്ഷവുമായി ചില മൗലിക പ്രശ്നങ്ങളിൽ അഭിപ്രായഭേദമുണ്ടെന്ന് തുറന്നു പറഞ്ഞിരുന്നു." എന്ന് തുറന്നെഴുതിട്ടുണ്ട്. അതുകൊണ്ട് സ്വന്തം നിലപാട് വ്യക്തമാക്കിക്കൊണ്ട് ഒരു രേഖ തയ്യാറാക്കി മററുള്ളവർക്ക് കൊടുക്കുകയാണ് ഇ എം എസ് ചെയ്തത്. ഇന്ത്യൻ കമ്യൂണിസ്റ്റ് പാർട്ടിയുടെ പരിപാടിക്കുള്ള കുറിപ്പ് എന്നാണ് ഈ രേഖ അറിയപ്പെടുന്നത്. ഇ എം എസ് സമ്പൂർണ കൃതി കളുടെ 34-ാം സഞ്ചികയിൽ ഈ രേഖയുടെ പൂർണരൂപം പ്രസി ദ്ധീകരിച്ചിട്ടുണ്ട്. ഈ രേഖപാർട്ടി പരിപാടിയുടെ കരടിനൊപ്പം മുഴുവൻ പ്രതിനിധികൾക്കും ചർച്ചക്കായി വിതരണം ചെയ്തിരുന്നു.

പ്രസ്തുത രേഖയിൽ ഇ എം എസ് ഇങ്ങനെ എഴുതി:

മറ്റു സഖ്യകക്ഷികളുമായി ഒത്തൊരുമിച്ച് കമ്യൂണിസ്റ്റ്പാർട്ടിയുടെ നേതൃത്വത്തിൽ രൂപീകരിക്കുന്ന സംസ്ഥാന ഗവൺമെന്റിന്

സംസ്ഥാനത്തിലെ സാമ്പത്തിക, രാഷ്ട്രീയ സംവിധാനമാകെ മാറ്റിക്കളയാൻ സാധിക്കുമെന്ന് വിചാരിക്കുന്നത് അപകടം പിടിച്ച ഒരു വ്യാമോഹം മാത്രമാണ്. എന്നിരുന്നാലും അത്തരത്തി ലുള്ള ഒരു ഗവൺമെന്റിന്റെ രൂപീകരണം ഏതെങ്കിലും സംസ്ഥാന ത്തിൽ സാധ്യമായാൽ അതിന് രാജ്യത്താകമാനവും ആ പ്രത്യേക സംസ്ഥാനത്തിലും നിർണായകമായ പങ്കുവഹിക്കുവാൻ കഴിയും. പ്രാദേശികാവശ്യങ്ങൾക്ക് അത്തരത്തിലുള്ള ഒരു ഗവൺമെന്റ് പരിഹാരം കാണും. അതിന്റെ നിലനില്പ് ജനാധിപത്യവാദികളായ ജനങ്ങൾക്ക് വലിയ ഉത്തേജനം നൽകുകയും അങ്ങനെ ജനാ ധിപത്യപ്രസ്ഥാനത്തെ ശക്തിപ്പെടുത്തുകയും ചെയ്യും.

ഇതാണ് ഇ എം എസ്കൂടി പങ്കെടുത്ത ചർച്ചകൾക്കുശേഷം 1964- ലെ പരിപാടിയുടെ 112-ാം ഖണ്ഡികയായി മാറിയത്. അതുകൊണ്ടാണ് ഇ എം എസിന്റെ മരണാനന്തരം എഴുതിയ അനുസ്മരണ ലേഖനത്തിൽ ഹർകിഷൻസിങ് സൂർജിത്ത് പാർട്ടി പരിപാടിയുടെ 112-ാമത് ഖണ്ഡിക പാർട്ടിപരിപാടിക്കും മാർക്സിസം-ലെനിനിസത്തിനുമുള്ള ഇ എം എസിന്റെ സംഭാവനയാണെന്ന് വ്യക്തമാക്കിയത്.

1959-ൽ മോസ്കോവിൽ പൗരസ്ത്യരാജ്യ വിദഗ്ദ്ധരുമായി നടത്തിയ ചർച്ചയിൽ "ഇരട്ട സ്വഭാവമുള്ള എന്റെ പ്രവർത്തനം (മുഖ്യമന്ത്രിയും കമ്യൂണിസ്റ്റു നേതാവും) വലിയൊരു രാഷ്ട്രീയ ഞാണിന്മേൽക്കളി യാണ്"എന്ന അഭിപ്രായത്തിന്റെയും തുടർന്നുണ്ടായ അനുഭവങ്ങളു ടെയും പ്രത്യയശാസ്ത്രവല്ക്കരണമാണ് പാർട്ടി പരിപാടിയുടെ 112-ാം ഖണ്ഡിക.

ദ്രുതഗതിയിൽ മാറിക്കൊണ്ടിരിക്കുന്ന രാഷ്ട്രീയ സ്ഥിതിയുടെ ആവശ്യങ്ങളെ നേരിടാൻ പാർട്ടിക്ക് വിവിധ ഇടക്കാല മുദ്രാ വാക്യങ്ങൾ ആവിഷ്കരിക്കേണ്ടിവരുമെന്നുള്ളത് വ്യക്തമാണ്. ഇന്നത്തെ ഭരണാധികാരിവർഗങ്ങളെ മാറ്റി, തൽസ്ഥാനത്ത് തൊഴിലാളി കർഷക സഖ്യത്തിന്മേൽ പടുത്തുയർത്തിയ ഒരു പുതിയ ജനാധിപത്യഭരണകൂടവും ഗവൺമെന്റും സ്ഥാപിക്കുക എന്ന കടമ ജനങ്ങളുടെ മുമ്പാകെ ഉയർത്തിപ്പിടിക്കുമ്പോൾത്തന്നെ ജനങ്ങൾക്ക് അടിയന്തരാശ്വാസം നൽകുകയെന്ന മിതമായ പരിപാടി നടപ്പാക്കാൻ പ്രതിജ്ഞാബദ്ധമായ ഗവൺമെന്റുകൾ നിലവിൽ വരുത്താൻ കിട്ടുന്ന എല്ലാ സന്ദർഭങ്ങളും പാർട്ടി ഉപയോഗപ്പെടുത്തും. അത്തരം ഗവൺമെന്റുകളുടെ രൂപീകരണം അധ്വാനിക്കുന്ന ജനങ്ങളുടെ വിപ്ലവപ്രസ്ഥാനത്തിന് ഉത്തേജനം നൽകുകയും ജനാധിപത്യമുന്നണി കെട്ടിപ്പടുക്കുകയെന്ന പ്രക്രി യയെ സഹായിക്കുകയും ചെയ്യും.

ഈ ഖണ്ഡികയുടെ അടിസ്ഥാനത്തിലാണ് ഭരണവും സമര

വുമെന്ന പാർട്ടിയുടെ നിലപാടിനെ ഇ എം എസ് ഇങ്ങനെ ന്യായീക
രിക്കുന്നത്:

> പരിമിതമായ തോതിലെങ്കിലും ഭരണകക്ഷിയായി മാറാൻ
> കഴിഞ്ഞ പുതിയ സാഹചര്യം ഉപയോഗിച്ച് ബൂർഷ്വാ ജന്മിവർഗ
> മേധാവിത്വത്തിന്റെ സാമൂഹ്യവ്യവസ്ഥയ്ക്കും അതിന്റെ രാഷ്ട്രീയ
> രൂപമായ ഭരണകൂടത്തിനുമെതിരായ ബഹുജനസമരം സംഘടി
> പ്പിക്കുകയും ആ സമരങ്ങളുടെ ഫലമായി കിട്ടാവുന്ന ചില്ലറ
> ആനുകൂല്യങ്ങൾ ജനങ്ങൾക്ക് നേടികൊടുക്കുകയും ആണ്
> പാർട്ടിക്ക് ചെയ്യാവുന്നതും പാർട്ടി ചെയ്യേണ്ടതും. അതായത്
> കിട്ടിക്കഴിഞ്ഞ പരിമിതമായ അധി കാരം ഉപയോഗിച്ച് ജനങ്ങളുടെ
> ജീവിതം അഭിവൃദ്ധിപ്പെടുത്താമെന്ന വ്യാമോഹമല്ല ഒരു ജനകീയ
> ജനാധിപത്യ റിപ്പബ്ലിക്ക് സ്ഥാപിക്കുന്നതിന്   വേണ്ടിയുള്ള
> സമരത്തിൽ ബഹുജനങ്ങളെ ഒരുക്കുന്നതിനുള്ള മാർഗമായി
> കിട്ടിയ അധികാരം ഉപയോഗിക്കുകയും അതിന്റെ ഭാഗമായി
> നൽകാൻ കഴിയുന്ന ചില്ലറ ആനുകൂല്യങ്ങൾ ജനങ്ങൾക്ക് നൽകു
> കയും ആണ് ഉദ്ദേശ്യം. അതുകൊണ്ടാണ് ഭരണം കിട്ടിയതു
> കൊണ്ട് സമരം നിർത്തിവെക്കുകയോ, സമരം നടത്തുന്നതു
> കൊണ്ട് ഭരണം വേണ്ടെന്ന് വെക്കുകയോ ചെയ്യാൻ തയ്യാറാവാ
> തെ, ഭരണവും സമരവും ഒന്നിച്ചുകൊണ്ട് പോകുകയെന്ന സമീപ
> നം പാർട്ടി അംഗീകരിക്കുന്നത്. (സഞ്ചിക 46)

ഭരണവും സമരവും ഒന്നിച്ചുകൊണ്ടു പോകാനാവില്ല എന്നതാ
യിരുന്നു അന്നത്തെ ചില ഇടതുപക്ഷ പാർട്ടികളുടെപോലും സമീപനം.
ഇന്നവർ ആ സമീപനം തിരുത്തുകയും സ്വന്തം ഗവൺമെന്റിനെതിരെ
പോലും സമരം ആവാമെന്ന സ്ഥിതിയിലേക്കെത്തിച്ചേരുകയും ചെയ്തി
ട്ടുണ്ട്.

7

ബിർളയും തോഷിബയും

1957 ന് ശേഷം 1967 ലാണ് കമ്മ്യൂണിസ്റ്റ്പാർട്ടിയുടെ നേതൃ ത്വത്തിലുള്ള ഗവൺമെന്റ് വീണ്ടും കേരളത്തിൽ അധികാരത്തിൽ വരുന്നത്. സി പി ഐ (എം), സി പി ഐ, ആർ എസ് പി, മുസ്ലീം ലീഗ്, സോഷ്യലിസ്റ്റ് പാർട്ടി, കെ എസ് പി, കെ ടി പി എന്നീ ഏഴുകക്ഷികള ടങ്ങിയ ഒരു ഐക്യമുന്നണിയുടെ നേതാവായാണ് ഇ എം എസ് വീണ്ടും മുഖ്യമന്ത്രിയാവുന്നത്.

1957–ൽ ബിർളയുമായുണ്ടാക്കിയ കരാറാണ് വിവാദമായതെങ്കിൽ 1967–ൽ വിദേശകുത്തകയായ തോഷിബയുമായുണ്ടാക്കിയ കരാർ മറെറാരു വിവാദത്തിനു വഴിതെളിച്ചു. ഈ വിവാദത്തിലേയ്ക്കു കടക്കുന്നതിനു മുമ്പ് വ്യവസായവൽക്കരണത്തെക്കുറിച്ചും അതിനോട് കമ്മ്യൂണിസ്റ്റ്പാർട്ടി എടുക്കുന്ന സമീപനത്തെക്കുറിച്ചും വ്യക്ത മാക്കേണ്ടതുണ്ട്. ഇന്നും ഏറെ പ്രസക്തമാണ് ഈ വിഷയമെന്നതു കൊണ്ട് ഇ എം എസിനെ ദീർഘമായി ഉദ്ധരിക്കുന്നതിൽ തെററില്ല.

ഇന്ത്യയെപ്പോലെ പിന്നോക്കം കിടക്കുന്ന രാജ്യങ്ങളെ പുരോഗ മിപ്പിക്കണമെങ്കിൽ വ്യവസായവൽക്കരണം അനുപേക്ഷണീയ മാണ്. അതിനുള്ള ആസൂത്രിത പദ്ധതിയില്ലാതെ മറ്റൊരു പരിഷ്കാരം വരുത്തിയിട്ടും പ്രയോജനമില്ല. എന്നാൽ മറ്റു രംഗങ്ങളിലെന്നപോലെ വ്യവസായവൽക്കരണത്തിലും ബൂർ ഷ്വാസിയുടേയും തൊഴിലാളിവർഗത്തിന്റെയും മാർഗങ്ങൾ വിഭിന്നവും അന്യോന്യ വിരുദ്ധവും തന്നെയാണ്.

കമ്മ്യൂണിസ്റ്റ് പാർട്ടിയുടെ നാലാം കോൺഗ്രസ് വ്യവസായ

വൽക്കരണമടക്കം എല്ലാ രംഗങ്ങളിലെയും സാമ്പത്തികാസൂ ത്രണം സംബന്ധിച്ച് കോൺഗ്രസ്സിന്റേതിനെതിരായ സമീപനങ്ങൾ ആവിഷ്കരിച്ചിരുന്നു. അവയുടെ അടിസ്ഥാനത്തിൽ വ്യവസായവ ൽക്കരണ പദ്ധതിയുടെ അലകും പിടിയും മാറ്റാനുള്ള പ്രചാര ണവും പ്രക്ഷോഭവും പാർട്ടി നടത്തിക്കൊണ്ടിരുന്നു. പക്ഷെ കേരളമടക്കം എല്ലാ സംസ്ഥാനങ്ങളിലും പ്രവൃത്തിയിൽ വന്നുകൊണ്ടിരിക്കുന്നത് പാർട്ടിയുടെ പദ്ധതിയല്ല, കോൺഗ്രസ്സി ന്റേതാണ്. സ്വകാര്യമേഖലയെ പൊതുവിലും കുത്തകമുതലാളി ത്തത്തെ വിശേഷിച്ചും തടിപ്പിക്കുന്ന കോൺഗ്രസ്നയമാണ്. കുത്ത കകളുടെ വളർച്ച തടഞ്ഞും പൊതുമേഖലയെ ബോധപൂർവം വളർത്തിയുമുള്ള കമ്മ്യൂണിസ്റ്റ് സമീപനമല്ല പ്രായോഗത്തിലിരി ക്കുന്നത്.

ഈ യാഥാർഥ്യം കണക്കിലെടുത്ത് കോൺഗ്രസ്സ് ഗവൺമെന്റ് നടപ്പിലാക്കികൊണ്ടിരിക്കുന്ന വ്യവസായവൽക്കരണത്തിന്റെ ഭാഗമെന്ന നിലയ്ക്ക് കേരളത്തിലും പുതിയ വ്യവസായങ്ങൾ തുടങ്ങാൻ നോക്കണമോ അതോ കേരളത്തിൽ മാത്രമായി കുത്തകമുതലാളിമാരുടെ വളർച്ച തടയാൻ നോക്കണമോ ഇതായിരുന്നു പാർട്ടിയെ നേരിട്ട പ്രശ്നം.

പൊതുമേഖലയിൽ പുതിയ വൻകിട വ്യവസായങ്ങൾ കേരള ത്തിൽ തുടങ്ങാനുള്ള സാധ്യത അങ്ങേയററം വിരളമായിരുന്നു. രണ്ടാം പദ്ധതിക്കാലത്ത് സ്ഥാപിക്കാൻ കേന്ദ്ര ഗവൺമെന്റ് ഉദ്ദേ ശിച്ചിരുന്ന പൊതുമേഖലാ വൻകിട വ്യവസായങ്ങളിലൊന്നു പോലും കേരളത്തിന് ലഭിക്കാൻ പോകുന്നില്ല. സ്വകാര്യമേഖല യിൽ തന്നെ പുതിയ വ്യവസായങ്ങൾ തുടങ്ങുന്നതിന് ഒട്ടേറെ തടസ്സങ്ങളുണ്ട്. ഇവിടത്തെ തൊഴിൽബന്ധങ്ങൾ കുഴപ്പം പിടിച്ചതാണെന്ന കാരണം പറഞ്ഞ് വെളിയിൽ നിന്നു വരാൻ നോക്കുന്ന സ്വകാര്യ മുതലാളിമാരെ നിരുത്സാഹപ്പെടുത്തുക തന്നെ എതിരാളികൾ ചെയ്യുന്നുണ്ട്. ഈ തടസ്സങ്ങൾ തട്ടിനീക്കു ന്നതിന് ബോധപൂർവം ശ്രമിച്ചാൽ മാത്രമെ വ്യവസായവൽ ക്കരണത്തിന്റെ കാലാവസ്ഥ ഇവിടെ രൂപം കൊള്ളുകയുള്ളൂ.

ഇതായിരുന്നു കുത്തക വ്യവസായിയായ ബിർളയെ കേരളത്തിൽ വ്യവസായം തുടങ്ങാൻ ക്ഷണിച്ചുകൊണ്ടുവന്നതിന്റെ ന്യായം. എന്നാൽ 1967-ന് മുമ്പുണ്ടായിരുന്ന കോൺഗ്രസ് ഗവൺമെന്റ് വിദേശകുത്തകയു മായി ബന്ധപ്പെട്ട് കേരളത്തിൽ വ്യവസായം തുടങ്ങാൻ ഒരു കരാറു ണ്ടാക്കിയിരുന്നു. അത് 1967 ലെ ഗവൺമെന്റ് ഏറെറടുക്കേണ്ടിവന്നു. ബിർളാകമ്പനിയുമായുണ്ടാക്കിയ കരാറിന്റെ വിശദാംശങ്ങൾ ചർച്ച ചെയ്തതുപോലെ തോഷിബ കരാറിന്റെ വിശദാംശങ്ങൾ ചർച്ചചെയ്യാൻ പാർട്ടിക്ക് അവസരം ലഭിച്ചില്ല. ഫാക്ടറി ഉദ്ഘാടനം ചെയ്തുകൊണ്ട്

നടത്തിയ പ്രസംഗത്തിൽ "കേരളത്തിന് കിട്ടിയ വിഷുകൈനീട്ട"മായി ഇ എം എസ് ഈ സംഭവത്തെ വിശേഷിപ്പിക്കുകയും ചെയ്തു.

ജപ്പാൻ സഹായത്തോടെ കേരളത്തിൽ വ്യവസായവൽക്കരണം നടത്താനാണ് ഐക്യമുന്നണി ഗവൺമെന്റ് ഉദ്ദേശിക്കുന്നതെന്ന പ്രചരണം ഈ പ്രയോഗത്തെ ദുർവ്യാഖ്യാനം ചെയ്തുകൊണ്ട് വ്യാപകമായി അഴിച്ചുവിടപ്പെട്ടു. അതിൽ വ്യവസായമന്ത്രി ടി വി തോമസ് മുഖ്യമായ പങ്കുവഹിക്കുകയും അദ്ദേഹം ജപ്പാൻ പര്യടനം നടത്തുകയും ചെയ്തു.

അന്ന് സുശക്തമായ ഒരു സോഷ്യലിസ്റ്റ്ചേരി നിലവിലുണ്ടായിരുന്നു. അവരൊക്കെ കേരളത്തിന്റെ വ്യവസായ വികസനത്തിൽ താല്പര്യവുമെടുത്തിരുന്നു എന്നാൽ അതിനെ അവഗണിച്ച് വിദേശീയ മുതലാളിത്തകുത്തകകളുടെ പിറകേ പോകുന്ന സമീപനത്തിനോട് സി പി ഐ (എം) വിയോജിച്ചു.

8

112-ാം ഖണ്ഡിക: ഒരു വിശകലനം

സാധാരണ നിലയിൽ കമ്യൂണിസ്റ്റ് പാർട്ടിയുടെ പരിപാടി വിപ്ലവ ത്തിന്റെ സ്വഭാവം, ഘട്ടം, വർഗതന്ത്രം എന്നിവയാണ് കൈകാര്യം ചെയ്യാ റുള്ളത്. എന്നാൽ 112-ാം ഖണ്ഡിക ചർച്ച ചെയ്യുന്നത് അടവുപരമായ ഒരു പ്രശ്നമാണ്. ബൂർഷ്വാ തെരഞ്ഞെടുപ്പുകളിൽ പങ്കെടുക്കുകമാത്ര മല്ല അവസരം ലഭിക്കുകയാണെങ്കിൽ സംസ്ഥാന ഗവൺമെന്റുകളിൽ പങ്കാളിത്തം വഹിക്കുകയെന്ന അടവു സംബന്ധമായ പ്രത്യേക പ്രശ്ന മാണത് കൈകാര്യം ചെയ്യുന്നത്. അടവ് എന്നതുകൊണ്ട് കമ്യൂണി സ്റ്റുകാർ ഉദ്ദേശിക്കുന്നത് എന്താണെന്ന് സ്റ്റാലിൻ വ്യക്തമാ ക്കിയിട്ടുണ്ട്:

പ്രസ്ഥാനം മുന്നോട്ടുനീങ്ങുകയോ പുറകോട്ടടിക്കുകയോ വിപ്ലവം ശക്തിപ്പെടുകയോ ക്ഷീണിക്കുകയോ ചെയ്യുന്ന, താരതമ്യേന അധികം നീണ്ടുനിൽക്കാത്ത കാലഘട്ടങ്ങളിൽ തൊഴിലാളി വർഗത്തെ നയിക്കേണ്ട മാർഗം തീരുമാനിക്കലാണ് അടവ്. സമര ത്തിന്റെയും സംഘടനയുടെയും പഴയ രൂപങ്ങളുടെ സ്ഥാനത്ത് പുതിയ രൂപങ്ങളും പഴയ മുദ്രാവാക്യങ്ങളുടെ സ്ഥാനത്ത് പുതിയ മുദ്രാവാക്യങ്ങളും സ്വീകരിച്ചുകൊണ്ട് പഴയതും പുതിയതും കൂട്ടിച്ചേർത്തും ഈ മാർഗത്തിന് വേണ്ടി പൊരുതലാണ് അടവ്.

1964 -ൽ പാർട്ടി പരിപാടി അംഗീകരിക്കുന്നകാലത്ത് തൊഴിലാളി വർഗവിപ്ലവം വിജയിപ്പിക്കുന്നതിന് സമാധാനപരമായ മാർഗത്തിന്റേതായ പുതിയ സാധ്യതകൾ ഉരുത്തിരിഞ്ഞു വന്നിരിക്കുകയാണെന്നതിനെ ക്കുറിച്ച് ലോകകമ്യൂണിസ്റ്റ് വൃത്തങ്ങളിൽ ചർച്ചകൾ നടന്നുകൊണ്ടിരി ക്കുകയായിരുന്നു. സാമൂഹ്യപരിവർത്തനത്തിനുള്ള ഒരു ഉപകരണമെന്ന

നിലയിൽ ബൂർഷ്വാ പാർലമെന്റുകളെ ഉപയോഗിക്കുന്നതെങ്ങനെ എന്നതായിരുന്നു ആ ചർച്ചയുടെ കാതൽ. ചർച്ചാവിഷയത്തോടുള്ള സി പി ഐ (എം) ന്റെ നിലപാടായാണ് 112-ാം ഖണ്ഡിക രൂപപ്പെട്ടത്.

പാർലമെന്റിലേക്കും നിയമസഭകളിലേയ്ക്കും നടക്കുന്ന തെരഞ്ഞെടുപ്പുകളിൽ കമ്യൂണിസ്റ്റ്പാർട്ടി പങ്കെടുക്കണമോ വേണ്ടയോ എന്നത് സംബന്ധിച്ച് 1967-68 വരെ യാതൊരുവിധ അഭിപ്രായ വ്യത്യാ സവും കമ്യൂണിസ്റ്റ് പാർട്ടിക്കകത്തുണ്ടായിരുന്നില്ല. 1967-ൽ സി പി ഐ (എം)ൽ നിന്ന് വിട്ടുപോയി "നക്സലൈററ് പ്രസ്ഥാനത്തിന് ജന്മം നൽ കിയവരാണ് ബൂർഷ്വാ തെരഞ്ഞെടുപ്പിൽ പങ്കെടുക്കുന്നതിനെ തള്ളി ക്കളഞ്ഞത്. ലഭ്യമായ സൗകര്യവും സമയവുമുപയോഗിച്ച് പരിമിതമായ അധികാരം കൈയാളുകയും അതുപയോഗിച്ച് ജനങ്ങൾക്ക് ചെറിയ തോതിൽ ആശ്വാസം നൽകി പ്രസ്ഥാനത്തിന്റെയും സംഘടനയുടെയും കെട്ടുറപ്പ് വളർത്തുകയും ചെയ്യുക എന്നതായിരുന്നു സി പി ഐ (എം) കേന്ദ്രക്കമ്മിറ്റി അംഗീകരിച്ച സമീപനം. അതിനു പകരം ഈ സമയമുപ യോഗിച്ച് എന്തും ചെയ്യുക, എന്തും നേടുക എന്ന സമീപനം പാർട്ടി അണിക ളിലൊരു വിഭാഗത്തിൽ വളർന്നു. പലേടത്തും പാർട്ടി അണികളും പാർട്ടി നയിക്കുന്ന ഗവൺമെന്റും തമ്മിലുള്ള ഏറ്റുമുട്ടലായി ഇതു മാറി. ഏറ്റവും മൂർഛിച്ച രൂപത്തിൽ ഈ പ്രവണത പ്രത്യക്ഷപ്പെട്ടത് ബംഗാളിലെ നക്സൽബാരി എന്ന പ്രദേശത്തായിരുന്നു. അങ്ങനെയാണ് ഈ പ്രസ്ഥാ നത്തിന് നക്സൽബാരി പ്രസ്ഥാനമെന്ന പേർ കിട്ടിയത്. രണ്ട് സംസ്ഥാന ങ്ങളിൽ ഭരണനേതൃത്വം ഏറ്റെടുത്തതും മറ്റു സംസ്ഥാനങ്ങളിലും കേന്ദ്രത്തിലും പ്രതിപക്ഷ കക്ഷികളിലൊന്നെന്ന നിലക്ക് പാർലമെന്ററി രാഷ്ട്രീയം കൈകാര്യം ചെയ്യുന്നതും റിവിഷനിസമാണെന്ന് ഇവിടെ നക്സലൈറ്റുകളും വെളിയിൽ ചൈനീസ് കമ്യൂണിസ്റ്റ് പാർട്ടിയും സംഘടിതമായി പ്രചാരവേല നടത്തി.

1951-ൽ അംഗീകരിക്കപ്പെട്ട നയപ്രഖ്യാപനത്തിൽത്തന്നെ

ജനങ്ങളുടെ വിപുലമായ വിഭാഗത്തെ അണിനിരത്താൻ കഴിയു ന്നതും അവരുടെ താൽപര്യങ്ങൾ സംരക്ഷിക്കാൻ കഴിയുന്ന തുമായ പാർലമെന്റ് തെരഞ്ഞെടുപ്പുകളിലും എല്ലാ മേഖലക ളിലേയും തെരഞ്ഞെടുപ്പുകളിലും നാം പങ്കെടുക്കണം. ബഹുജ നങ്ങൾ എവിടെയുണ്ടോ നാം അവിടെയുണ്ടാകണം.

എന്ന് വ്യക്തമാക്കിയിരുന്നു.

ഇടതുപക്ഷ കമ്യൂണിസം ഒരു ബാലാരിഷ്ടത എന്ന കൃതിയിൽ ലെനിനും ഈ കാര്യം ചർച്ച ചെയ്തിട്ടുണ്ട്:

സ്വന്തം വർഗത്തിന്റെ പിന്നണിയിൽപ്പെട്ടവരെ പഠിപ്പിക്കാനും ഉൾ നാട്ടിലെ അജ്ഞരും മർദ്ദിതരുമായ ബഹുജനങ്ങളെ ഉണർത്താ നും ഉയർത്താനും വേണ്ടിത്തന്നെ തൊഴിലാളിവർഗത്തിന്റെ

വിപ്ലവപാർട്ടി പാർലമെന്റിലേക്കുള്ള തെരഞ്ഞെടുപ്പുകളിൽ പങ്കു കൊള്ളുകയും പാർലമെന്റിനകത്തുവെച്ച് പൊരുതുകയും ചെയ്യണം.

എന്നാണ് ലെനിൻ പറഞ്ഞത്. പാർലമെന്റ് വർഗസമരത്തിന്റെ രംഗവേദികളിലൊന്നായി കാണുന്നതാണ് മാർക്സിസ്റ്റ് സമീപനം.

ബൂർഷ്വാ പാർലമെന്റുകളിൽ പങ്കെടുക്കേണ്ടതിന്റെ ന്യായം കണ്ടെ ത്താനല്ല 112-ാം ഖണ്ഡിക ശ്രമിച്ചിട്ടുള്ളത്. മറിച്ച് ജനങ്ങൾക്ക് അടിയന്ത രാശ്വാസം നൽകുകയെന്ന മിതമായ പരിപാടി നടപ്പിലാക്കുവാൻ പ്രതിജ്ഞാബദ്ധമായ ഗവൺമെന്റുകൾ നിലവിൽ വരുത്താൻ കിട്ടുന്ന എല്ലാ സന്ദർഭങ്ങളും പാർട്ടി ഉപയോഗപ്പെടുത്തുമെന്നും ഒപ്പം തന്നെ അത്തരം ഗവൺമെന്റുകളുടെ രൂപീകരണം അധ്വാനിക്കുന്ന ജനങ്ങളുടെ വിപ്ലവപ്രസ്ഥാനത്തിന് ഉത്തേജനം നൽകുന്നതും ജനാധിപത്യ മുന്നണി കെട്ടിപ്പടുക്കുകയെന്ന പ്രക്രിയയെ സഹായിക്കുന്നതായിരിക്കണമെന്നും വ്യക്തമാക്കാനാണ് അതു ശ്രമിച്ചത്. 112-ാം ഖണ്ഡികയുടെ അന്തഃസത്ത ഏറ്റവും ലളിതമായി വിശദീകരിച്ചത് 1967 ഏപ്രിലിൽ നടന്ന സി പി ഐ (എം)ന്റെ കേന്ദ്രക്കമ്മിറ്റിയാണ്. അത് താഴെ കൊടുക്കുന്നു:

വൻതോതിലുള്ള ആശ്വാസങ്ങൾ നൽകുന്നതിനെക്കുറിച്ചുള്ള അതിരു കവിഞ്ഞ വ്യാമോഹങ്ങൾ വെച്ചുപുലർത്താതെയും ഇന്നത്തെ സംവിധാനത്തിൽ ഒന്നും ചെയ്യാൻ കഴിയില്ലെന്ന നിരാശ വളർത്താതെയും നമ്മുടെ മന്ത്രിസഭകൾ പാർട്ടിയുടെ പ്രതിനിധിക ളെന്ന നിലയിൽ ജനങ്ങളുടെ മുമ്പിൽ നമ്മുടെ ആത്മാർഥത തെളിയിക്കാൻ ശ്രമിക്കണമെന്ന കാര്യം എല്ലായ്പ്പോഴും ഓർ ത്തിരിക്കണം. ഇക്കാര്യത്തിൽ എന്തെങ്കിലും പരാജയം സംഭവി ച്ചാൽ ജനങ്ങളുടെ കണ്ണിൽ പാർട്ടിയുടെ രാഷ്ട്രീയനയം വിട്ടുവീഴ്ച യ്ക്ക് വിധേയമാകുന്നു. ജനങ്ങളെ അണിനിരത്തുന്നതിനുള്ള സ്വത ന്ത്രമായ നമ്മുടെ ശ്രമങ്ങളെ അത് പ്രതികൂലമായി ബാധിക്കുന്നു. ഐക്യമുന്നണികളിലേയും അവയുടെ ഗവൺമെന്റുകളിലേയും ചില ജനാധിപത്യപാർട്ടികളുടെ ചാഞ്ചാട്ടങ്ങളെയും ചിലപ്പോൾ സംഭവിക്കാവുന്ന പിറകോട്ടു പോക്കുകളെത്തന്നെയും തടയുന്ന തിനും തരണംചെയ്യുന്നതിനും അവയൊട്ടും സഹായകമായി ത്തീരുന്നില്ല. ചുരുക്കത്തിൽ ജനങ്ങൾക്ക് ഭൗതികമായും മെച്ചപ്പെട്ട രീതിയിലും ആശ്വാസം നൽകാൻ കഴിയുന്ന വിധത്തിൽ വേണ്ടത്ര അധികാരങ്ങൾ യഥാർഥത്തിൽ കൈയാളുന്ന ഗവൺമെന്റുകൾ എന്നനിലയ്ക്കല്ല, മറിച്ച് നമ്മുടെ ജനങ്ങളുടെ കൈയിലുള്ള സമ രായുധങ്ങൾ എന്ന നിലയ്ക്കാണ് ഇന്ന് നമുക്കുള്ള ഐക്യമു ന്നണി ഗവൺമെന്റുകളെ കണക്കാക്കേണ്ടതും മനസ്സിലാക്കേണ്ട തും. വ്യക്തമായും വർഗാടിസ്ഥാനത്തിൽ പറഞ്ഞാൽ ജനകീയ ജനാധിപത്യത്തിനും പിന്നീടൊരു ഘട്ടത്തിൽ സോഷ്യലിസ

ത്തിനും വേണ്ടിയുള്ള സമരത്തിൽ തൊഴിലാളിവർഗത്തിന്റെയും അതിന്റെ സഖ്യകക്ഷികളുടേയും ഭാഗത്തേക്ക് കൂടുതൽ കൂടുതൽ ജനങ്ങളെയും കൂടുതൽ കൂടുതൽ സഖ്യകക്ഷികളേയും നേടിയെടുക്കുന്നതിനുള്ള ഒരു പ്രത്യേക സമരരൂപമാണ്, അത്തരം ഗവൺമെന്റുകളിലുള്ള പാർട്ടിയുടെ പങ്കാളിത്തം.

9

ബംഗാൾ വ്യവസായനയവും 12-ാം കോൺഗ്രസ്സും

112-ാം ഖണ്ഡികയുടെ അനുഭവപരിജ്ഞാനം കൂടുതലുള്ളത് പശ്ചിമബംഗാളിലെ ഇടതുമുന്നണിക്കും അതിന് നേതൃത്വം കൊടുക്കുന്ന സി പി ഐ (എം)ന്റെ പശ്ചിമബംഗാൾ ഘടകത്തിനുമാണ്. അതുകൊ ണ്ടുതന്നെ പശ്ചിമബംഗാളിലെ ഇടതുപക്ഷമുന്നണിയുടെ വ്യവസായ നയത്തെക്കുറിച്ച് സി പി ഐ (എം) ന്റെ പന്ത്രണ്ടും പതിനഞ്ചും കോൺ ഗ്രസ്സുകൾക്ക് പ്രത്യേകം ചർച്ച ചെയ്യേണ്ടിവന്നു. 12-ാം കോൺഗ്രസ്സ് (1985) നടന്നത് ഇന്ത്യ ആഗോളവൽക്കരണനയങ്ങൾ അംഗീകരിക്കുന്നതിനു മുമ്പാണ്. എന്നാൽ 15-ാം കോൺഗ്രസ് നടന്നത് 1998ലാണ്. അപ്പോ ഴേക്കും പുത്തൻ സാമ്പത്തികനയങ്ങൾ ആരംഭിച്ച് ആരേഴ് കൊല്ലം കടന്നുപോയിരുന്നു.

അതുകൊണ്ടു തന്നെ ആഗോളവൽക്കരണത്തിന് മുമ്പത്തെ കോൺഗ്രസ്സ് ഗവൺമെന്റിന്റെ പശ്ചിമബംഗാൾ ഗവൺമെന്റിനോടുള്ള നയവും ആഗോളവൽക്കരണകാലത്തെ നയവും പാർട്ടി കോൺഗ്രസ് പ്രമേയങ്ങളിൽ പരാമർശിക്കപ്പെട്ടിട്ടുണ്ട്. "നമ്മുടെ സാമ്പത്തിക ജീവിത ത്തിലേയ്ക്ക് ബഹുരാഷ്ട്ര കുത്തകകളുടെ കടന്നുകയറ്റത്തിനെതിരായി പോരാടാൻ പാർട്ടി കോൺഗ്രസ്സിലെ രാഷ്ട്രീയ പ്രമേയം ആഹ്വാനം നൽകുന്നു. സാർവദേശീയ കമ്യൂണിസ്റ്റ് പ്രസ്ഥാനത്തിന്റെ ധാരണയ് ക്കൊത്ത് ബഹുരാഷ്ട്രകുത്തകകളുടെ നുഴഞ്ഞുകയററവും സാമ്പത്തിക മേധാവിത്വവും സ്വാതന്ത്ര്യത്തിന് ഗൗരവാവഹമായ ഒരു ഭീഷണിയാ ണെന്ന് നമ്മുടെ പാർട്ടി കരുതുന്നു. പുത്തൻ കൊളോണിയലിസത്തിന്റെ ആയുധമായ ബഹുരാഷ്ട്ര കുത്തകകൾക്കെതിരായ സമരം സാമ്രാജ്യത്വ ത്തിനെതിരായ നമ്മുടെ സമരത്തിന്റെ അവിഭാജ്യഘടകമാണ്. വിപ്ലവ

സമരത്തിൽക്കൂടെയാണ് ഈ സമരം പൂർണമായും വിജയം നേടുന്നത്." എന്ന് പാർട്ടി കോൺഗ്രസ്സ് ആവർത്തിച്ചു വ്യക്തമാക്കി.

തുടർന്ന് കുത്തകകളോടും സാമ്പത്തികമായ അധികാരത്തിന്റെ കേന്ദ്രീകരണത്തോടും ഉള്ള അടിസ്ഥാനപരമായ എതിർപ്പ് ആവർത്തിച്ചു പ്രഖ്യാപിച്ചു. ഇന്ത്യൻ കുത്തകകളുടെ വളർച്ചയ്ക്കും മൂലധന കേന്ദ്രീകര ണത്തിനും എതിരായി പാർട്ടിപൊരുതുന്നു. ഇന്ത്യൻ കുത്തകകൾക്ക് കൂടുതൽ സ്വാതന്ത്ര്യം നൽകുന്നതിനായി അക്കാലത്ത് ഗവൺമെന്റ് കൊണ്ടുവന്ന ഭേദഗതികളോടുള്ള ശക്തിയായ വിമർശനം രേഖപ്പെടുത്തു കയും വിജയകരമായ ഒരു വിപ്ലവസമരത്തിലൂടെ മാത്രമെ കുത്തകകളെ ഇല്ലായ്മ ചെയ്യാനുള്ള ലക്ഷ്യം സാക്ഷാൽക്കരിക്കാനാവൂ എന്ന നിലപാട് പാർട്ടികോൺഗ്രസ്സിൽ വ്യക്തമാക്കുകയും ചെയ്തു.

ഈ നിലപാടെടുക്കുന്ന പാർട്ടിഘടകത്തിന്റെ നേതൃത്വത്തിൽ ഭരണം നടക്കുന്ന പശ്ചിമബംഗാളിൽ ഒരു കുത്തക കുടുംബവുമായി സഹകരിച്ച് സംയുക്ത സംരംഭത്തിനു വേണ്ടി കരാർ ഉണ്ടാക്കുന്നതി ലേക്കെത്തിച്ച മൂർത്ത സാഹചര്യം വിശദമാക്കുകയാണ് പിന്നീട് പാർട്ടി കോൺഗ്രസ്സ് ചെയ്തത്.

112-ാം ഖണ്ഡികയുടെ ശരിയായ രാഷ്ട്രീയ നിലപാടിന്റെ അടി സ്ഥാനത്തിൽ പാർട്ടി താഴെ പറയും പ്രകാരം ബംഗാൾ വിഷയത്തിൽ നിലപാട് സ്വീകരിച്ചു:

ഇടതുപക്ഷ ജനാധിപത്യ മുന്നണി ഗവൺമെന്റ് മുതലാളിത്ത സമ്പദ്ഘടനയുടെ ചട്ടക്കൂടിനുള്ളിൽ നിന്നാണ് പ്രവർത്തിക്കുന്നത്. സ്വത്തുടമാബന്ധങ്ങളെ ആക്രമിക്കാനും സംഘട്ടനത്തിലൂടെ വിഭവ സമാഹരണം നടത്താനും സ്വാതന്ത്ര്യമുള്ള ഒരു ഗവൺ മെന്റല്ല അത്. ഇടതുപക്ഷ മുന്നണിഗവൺമെന്റിന് ജനങ്ങൾക്കു വേണ്ടി യാതൊന്നും ചെയ്യാൻ കഴിയില്ലെന്ന് തെളിയിക്കാൻ ശ്രമി ക്കുന്ന കേന്ദ്രഗവൺമെന്റുമായി അത് ഏറ്റുമുട്ടിക്കൊണ്ടിരിക്കുന്നു. സ്വകാര്യ സംരംഭങ്ങൾക്ക് ലൈസൻസ് നൽകാതെയും ഈ സംസ്ഥാനത്ത് മുതൽ മുടക്കുന്നത് തടഞ്ഞു വെച്ചുകൊണ്ടും ജനങ്ങൾക്കുവേണ്ടി ഒന്നും ചെയ്യാൻ കഴിയാത്ത വിധം സിസ്സഹാ യമാണ് ഇടതുപക്ഷ ഗവൺമെന്റ് എന്ന് ജനങ്ങൾക്ക് കാട്ടിക്കൊടു ക്കുന്നതിനുവേണ്ടി കേന്ദ്ര ഗവൺമെന്റ് ഒരു സാമ്പത്തിക ഉപ രോധം ഏർപ്പെടുത്തിയിരിക്കുകയാണ്. ഇടതുപക്ഷ മുന്നണി മന്ത്രിസഭക്കെതിരായി കേന്ദ്ര ഗവൺമെന്റ് നടത്തുന്ന വർഗസമര ത്തിന്റെ രൂപമാണിത്.

ഇടതുപക്ഷമുന്നണി സ്വകാര്യസംരംഭങ്ങളെ തൊടുകപോലും ചെയ്യില്ലെന്നോ പ്രോത്സാഹിപ്പിക്കില്ലെന്നോ ഉള്ള നിലപാട് സ്വീകരിച്ചാൽ കേന്ദ്ര ഗവൺമെന്റിന്റെ ഗൂഢതന്ത്രങ്ങളെ അത് വള രെയധികം സഹായിക്കും. ഇവിടെ മുതലാളിത്തവും സോഷ്യലി

സവും തമ്മിലുള്ള സംഘട്ടനത്തിന്റെ പ്രശ്നമല്ല. മറിച്ച് ജനങ്ങ ൾക്ക് മന്ത്രിസഭയിൽ കൂടുതൽ വിശ്വാസമുണ്ടാവുകയും അതുവഴി ജനങ്ങൾ ഇന്ദിരാ കോൺഗ്രസ്സിനെ അകറ്റിനിർത്താൻ തയ്യാറാകു കയും ചെയ്യാൻ സഹായകമായ രീതിയിൽ മന്ത്രിസഭ എങ്ങനെ പ്രവർത്തിക്കണം എന്നതാണ് പ്രശ്നം. അതിന് അനുയോജ്യമായ അടവുകൾ സ്വീകരിക്കുകയും ജനങ്ങൾക്ക് ആശ്വാസം നൽകുക യും ചെയ്യാത്തപക്ഷം ഏറ്റവും കുറഞ്ഞ സമയത്തിനുള്ളിൽ തന്നെ മന്ത്രിസഭക്ക് പുറത്തു പോകേണ്ടിവരും. രണ്ടാമതായി ഇടതുമുന്നണി ഗവൺമെന്റിന്റെ പങ്കാളിത്തത്തോടെയുള്ള സംയു ക്തമേഖലയെ സാധാരണക്കാരായ ജനങ്ങളുടെ ചെലവിൽ മുതലാളിമാരുടെ ഹിതമനുസരിച്ച് പ്രവർത്തിക്കാൻ തയ്യാറുള്ള ഇന്ദിരാകോൺഗ്രസ്സിന്റെ പങ്കാളിത്തത്തോടെയുള്ള സംയുക്തമേ ഖലക്ക് സമാനമായി കാണാൻ പാടില്ല.

കേന്ദ്രത്തിലെ കോൺഗ്രസ്സ് ഗവർമെണ്ടിന്റെ ഇടതുമുന്നണിക്കെ തിരായ വർഗസമരത്തിൽ സ്വീകരിക്കേണ്ട ശരിയായ നിലപാടാണ് 12-ാം കോൺഗ്രസ്സ് അംഗീകരിച്ച രാഷ്ട്രീയപ്രമേയത്തിലുള്ളത്. ഇക്കാര്യം വ്യക്തമാക്കികൊണ്ട് "ഇന്ത്യയിലാകമാനം മൂലധനം മുടക്കി പ്രവർത്തി ക്കാൻ സ്വാതന്ത്ര്യമുള്ള ഏതെങ്കിലും കുത്തക സ്ഥാപനത്തിന്റെ പങ്കാളിത്തം നമ്മുടെ തന്ത്രപരമായ ലക്ഷ്യം ത്യജിക്കുന്ന നടപടിയായി കരുതാൻ പാടില്ലെ"ന്ന് പാർട്ടി കോൺഗ്രസ്സ് വ്യക്തമാക്കി. മറിച്ച് കേന്ദ്രഗവ ൺമെന്റിന്റെ ആക്രമണത്തെ ഒഴിവാക്കുകയെന്ന അടിയന്തരമായ ആവ ശ്യം അനുശാസിക്കുന്ന ഒരു നിർബന്ധിത നടപടിയാണതെന്നും ഉടനടി നടക്കേണ്ടതായി വരുന്ന ആക്രമണങ്ങൾക്കെതിരായി പൊരുതുന്നതിന് പ്രയോഗിക്കേണ്ടിവരുന്ന ഒരു അടവാണിതെന്നും പാർട്ടി വ്യക്തമാക്കി.

10

15-ാം കോൺഗ്രസ്

പതിനഞ്ചാം പാർട്ടി കോൺഗ്രസ്സ് നടക്കുമ്പോൾ ആഗോളവൽക്കര ണത്തിലധിഷ്ഠിതമായ സാമ്പത്തികനയങ്ങൾ ആരംഭിച്ചുകഴിഞ്ഞിരു ന്നുവെന്ന് മുമ്പ് സൂചിപ്പിച്ചതാണല്ലോ. ഉദാരവൽക്കരണനയങ്ങൾ ആരംഭി ച്ചതോടെ കടത്തുകൂലി ഏകീകരണവും ലൈസൻസിംഗ് വ്യവസ്ഥയിൽ മാറ്റവും വന്നു. ഇവ രണ്ടും ബംഗാളിൽ ചില മാറങ്ങളുണ്ടാക്കി. കാർഷികോൽപാദനവർധന ഗ്രാമീണ കമ്പോളത്തെ ചലനാത്മകമാക്കി. എന്നാൽ പഴയ വ്യവസായങ്ങളിൽ ഏറിയകൂറും കാലഹരണപ്പെട്ടു. വ്യാവസായികരംഗമാകെ അധഃപതിച്ചു. വ്യാവസായികരംഗത്ത് നിശ്ചലാവസ്ഥയും വൻതോതിൽ തൊഴിൽനഷ്ടവുമുണ്ടായി. തുടർ ന്നുള്ള സാമ്പത്തിക പുരോഗതിക്ക് പശ്ചിമബംഗാൾ വൻതോതിലുള്ള വ്യവസായവൽക്കരണം നടത്തണമെന്ന് പാർട്ടികോൺഗ്രസ്സ് നിർദ്ദേശിച്ചു. എന്നാൽ നരസിംഹറാവു ഗവൺമെന്റ് പൊതുമേഖലാ നിക്ഷേപത്തെ നിരുത്സാഹപ്പെടുത്തുക, പൊതുമേഖലയെ വെട്ടിച്ചുരുക്കുക, അവയെ പൊളിച്ചുമാറ്റുക, പശ്ചാത്തല വികസനത്തിന് പുതിയ നിക്ഷേപം നടത്താതിരിക്കുക സ്വകാര്യമേഖലയ്ക്കും വിദേശപങ്കാളിത്തത്തിനുമായി ഈ മേഖലയെ തുറന്നുകൊടുക്കുക, വിവിധ മേഖലകളിൽ പൊതുമൂലധന നിക്ഷേപം നടത്താൻ ധന-വായ്പാ സ്ഥാപനങ്ങളെ അനുവദിക്കാതിരിക്കുക എന്നീ നയങ്ങളാണ് നടപ്പിലാക്കിക്കൊണ്ടിരു ന്നത്. അത്തരമൊരവസ്ഥയിൽ ആണ് ദ്രുതഗതിയിൽ വ്യവസായവൽ ക്കരണം എന്ന ചുമതല പശ്ചിമബംഗാളിന് ഏറെടുക്കേണ്ടി വന്നത്. അതായത് ആഗോളവൽക്കരണനയവും ഫലത്തിൽ പശ്ചിമബംഗാളിന്റെ വികസനത്തിന് ദ്രോഹകരം തന്നെ.

ഈ സാഹചര്യത്തിൽ പുതിയ വ്യവസായങ്ങളും ആധുനിക സാങ്കേതികവിദ്യയും ലഭിക്കാനും പുതിയ തൊഴിലവസരങ്ങൾ സൃഷ്ടിക്കാനും സ്വകാര്യ മൂലധനത്തിന്റെ വർധിച്ച പങ്കാളിത്തം ഉറപ്പാക്കുവാൻ കഴിയുന്നവിധത്തിൽ സംസ്ഥാനത്തെ വ്യവസായനയത്തിൽ ക്രമീകരണം വരുത്തേണ്ടതുണ്ടെന്ന പശ്ചിമബംഗാൾ ഗവൺമെന്റിന്റെ അഭിപ്രായത്തെ പാർട്ടി കോൺഗ്രസ്സ് ഇപ്രകാരം ശരിവെച്ചു:

അപ്രകാരം ചെയ്യുന്നതിന് നമ്മുടെ മൗലികവും തന്ത്രപരവുമായ ലക്ഷ്യത്തെ സംബന്ധിച്ച് വിട്ടുവീഴ്ചകൾ ചെയ്യുന്നുവെന്ന് അർഥമില്ല. സാമ്പത്തികവും വ്യാവസായികവുമായ മേഖലകളിൽ വലിയ നയവ്യതിയാനങ്ങൾ വരുത്താൻ കഴിയാത്ത സംസ്ഥാന ഗവൺമെന്റുകളിൽ പ്രവർത്തിക്കണമെന്ന് പാർട്ടിപരിപാടി വിഭാവനം ചെയ്തിട്ടുണ്ട് (112-ാം ഖണ്ഡിക) ഈ അധികാരങ്ങൾ കേന്ദ്രഗവൺമെന്റിൽ മാത്രമാണ് നിക്ഷിപ്തമായിരിക്കുന്നത്. അതേസമയം ജനങ്ങൾക്ക് കുറെയൊക്കെ ആശ്വാസം നൽകുന്നതിന് സംസ്ഥാന ഗവൺമെന്റുകൾക്കുള്ള പരിമിതമായ അധികാരങ്ങൾ ഉപയോഗിക്കേണ്ടതാണ്. സംസ്ഥാന ഗവൺമെന്റുകളെ ഉപയോഗിച്ച് ബദൽനയങ്ങൾ ഉയർത്തിക്കാണിക്കാനും ആ ഗവൺമെന്റുകളുടെ അധികാരപരിധിയിൽ ഉൾപ്പെടുന്ന ജനങ്ങൾക്ക് അടിയന്തരാശ്വാസം എത്തിക്കാനും അതിലൂടെ നമ്മുടെ ബഹുജനാടിസ്ഥാനം ഉറപ്പിച്ചു വിപുലമാക്കുവാനും കഴിയും. ഇത് രാജ്യത്തെ ഇടതുജനാധിപത്യ ശക്തികളുടെ വളർച്ചയ്ക്കും കരുത്തിനും സംഭാവന ചെയ്യുകയും ചെയ്യും

എന്നാൽ

വ്യാവസായിക വികസനത്തിനായുള്ള നയങ്ങൾ നടപ്പാക്കുമ്പോഴും ദേശീയവും വിദേശീയവുമായ സ്വകാര്യ മൂലധനത്തെ സംസ്ഥാനത്തേയ്ക്ക് ക്ഷണിക്കുമ്പോഴും നമ്മുടെ ഗവൺമെന്റോ അതിന്റെ ഔദ്യോഗിക വക്താക്കളോ കേന്ദ്രഗവൺമെന്റിന്റെ ഉദാരവൽക്കരണനയങ്ങളേയും സാമ്പത്തിക പരിഷ്കാരങ്ങളേയും ന്യായീകരിച്ചുകൊണ്ടുള്ള ഒരു നയപ്രസ്താവനയുമായും ബന്ധപ്പെടാതിരിക്കാൻ പ്രത്യേകം ശ്രദ്ധിക്കേണ്ടതാണെന്ന്

പാർട്ടികോൺഗ്രസ്സ് മുന്നറിയിപ്പു നൽകി.

ഇത്രയും സങ്കീർണമായ വിഷയത്തെക്കുറിച്ച് 1994 ഒക്ടോബർ 14ന്റെ ചിന്തയിൽ ചോദിച്ച ചോദ്യത്തിന് വളരെ ലളിതമായി മറുപടി നൽകാൻ ഇ എം എസിന് കഴിഞ്ഞു. പഴയ രാഷ്ട്രീയ ഞാണിന്മേൽ ക്കളിയുടെ ഓർമ്മയുള്ള, അനുഭവമുള്ള ഇ എം എസിനല്ലാതെ അങ്ങനെ മറുപടി പറയാൻ കഴിയില്ല. അത് താഴെ കൊടുക്കുന്നു:

ജ്യോതിബസുവിന്റെ വ്യക്തിത്വത്തിൽ രണ്ട് അംശങ്ങളുണ്ട്. ഒന്ന് സി പി ഐ (എം)ന്റെയും ഇടതുപക്ഷപ്രസ്ഥാനത്തിന്റെയും അഖിലേന്ത്യാ നേതാവാണദ്ദേഹം. അതേസമയത്ത് പശ്ചിമബംഗാൾ ജനതയുടെ തെരഞ്ഞെടുക്കപ്പെട്ട മുഖ്യമന്ത്രിയുമാണദ്ദേഹം.

ഈ രണ്ട് വ്യക്തിത്വങ്ങളിൽ നിന്ന് രണ്ടു കടമകൾ ഉയർന്നു വരുന്നു.

ഒന്നാമത് സി പി ഐ(എം)ന്റേയും ഇടതുപക്ഷ പ്രസ്ഥാനത്തി ന്റേയും അഖിലേന്ത്യാ നേതാവെന്ന നിലയ്ക്ക് നരസിംഹറാവു ഗവൺമെന്റിന്റെ നയങ്ങൾക്കെതിരെ ഇന്ത്യയിലെ ജനകോടികളെ അണിനിരത്തുന്നതിൽ നേതൃത്വപരമായ പങ്ക് അദ്ദേഹം വഹിക്കണം.

രണ്ടാമത് താൻ നേതൃത്വം നൽകുന്ന പശ്ചിമബംഗാൾ ഇന്ത്യയുടെ അഭേദ്യഭാഗമാണ്. ഇന്ത്യയിലാകെ റാവുഗവൺമെന്റ് നടപ്പാക്കുന്ന നയസമീപനങ്ങളുടെ നാലതിരുകൾക്കുള്ളിൽ നിന്നുകൊണ്ട് പശ്ചിമബംഗാൾ ജനതയുടെ താല്പര്യങ്ങൾ സംരക്ഷിച്ചുകൊണ്ട് മുന്നോട്ടു പോകണം.

ഇത് മനസ്സിലാക്കാനുള്ള പ്രായോഗികബുദ്ധി അത്തരം അനുഭ വങ്ങളില്ലാത്ത സി പി ഐ (എം എൽ) നേതാക്കൾക്കുണ്ടാവില്ല. അവർ കാൽപനിക ലോകത്താണ്, അവർ മാത്രമല്ല നമ്മുടെ ചില സാംസ് കാരിക നായകരും.

11

ആഗോളവൽക്കരണവും ഇന്ത്യയും

കേന്ദ്രഗവൺമെന്റ് നടപ്പാക്കുവാൻ തുടങ്ങിയ ആഗോളവൽക്ക രണനയങ്ങൾ പശ്ചിമബംഗാളിലെ വ്യവസായനയത്തെ ബാധിച്ചതെ ങ്ങനെ എന്നാണ് കഴിഞ്ഞ അധ്യായത്തിൽ നാം കണ്ടത്. 1964 ലെ പരിപാടിയിൽ സാമ്രാജ്യത്തെയും നവകൊളോണിയലിസത്തെയും കുറിച്ചാണ് പറഞ്ഞതെങ്കിൽ ആഗോളവൽക്കരണകാലത്തെ സവിശേ ഷതകളെക്കുറിച്ച് പാർട്ടി പരിപാടി കലോചിതമാക്കിയപ്പോൾ അതിൽ വിശദീകരിക്കുവാൻ സി പി ഐ (എം) തയ്യാറായി. മുതലാളിത്ത സമ്പദ് വ്യവസ്ഥയുടെ പ്രവർത്തന സമ്പ്രദായങ്ങളുടെയും ആന്തരിക നിയമ ങ്ങളുടെയും അടിസ്ഥാനത്തിൽ വിലയിരുത്തപ്പെടേണ്ട ഒരു വികാസമാണ് ആഗോളവൽക്കരണം. *മൂലധനമെന്ന* തന്റെ വിഖ്യാത കൃതിയിൽ മുതലാളിത്ത വികാസത്തോടൊപ്പം മൂലധനം ഏതാനും പേരിൽ കേന്ദ്രീ കരിക്കുകയും സാന്ദ്രീകരിക്കുകയും ചെയ്യുന്നതിനെക്കുറിച്ച് മാർക്സ് വ്യക്തമാക്കിയിട്ടുണ്ട്. ഈ കേന്ദ്രീകരണത്തിന്റെ സാമ്രാജ്യത്വ ഘട്ടത്തി ലെ സവിശേഷതകളെ അപഗ്രഥിച്ചത് ലെനിനാണ്. ഈ കേന്ദ്രീകരണ നിയമത്തിന്റെ ഫലമായാണ് ആഗോളവൽക്കരണമെന്ന പ്രതിഭാസം രൂപപ്പെട്ടത്. മുതലാളിത്ത വികാസനിയമത്തിന്റെ സ്വഭാവിക പരിണതിയാ ണത്.

ഇരുപതാം നൂറ്റാണ്ടിന്റെ അവസാനമായപ്പോഴേക്ക് ഈ കേന്ദ്രീ കരണ പ്രക്രിയ ഭീമാകാരം പൂണ്ട് ധനമൂലധനത്തിന്റെ അന്താരാഷ്ട്ര വൽക്കരണത്തിലേക്ക് നയിച്ചു. 1993-ൽ ഓഹരി നിക്ഷേപങ്ങളുടെ ആഗോളശേഖരം ഇരുപതുലക്ഷം കോടി ഡോളറിന്റെതായി. ഇരുപ ത്തിയൊന്നാം നൂറ്റാണ്ടിന്റെ തുടക്കത്തോടെ ആഗോള ധനഇടപാടുകൾ

നാന്നൂറു ലക്ഷം കോടി ഡോളർ കവിഞ്ഞു. അതായത് ഏതാണ്ട് ഏഴ്
ലക്ഷം കോടി ഡോളർ വരുന്ന ചരക്കുകളുടെയും സേവനങ്ങളുടെയും
ആഗോളതല വ്യാപാരം അതിന്റെ അറുപതു മടങ്ങോളം വർധിച്ചു. ധന
മൂലധനത്തിന്റെ ഈ വൻശേഖരത്തിന് ഒരു പുതിയ ലോകക്രമം
ആവശ്യമായി; എന്തും വെട്ടിപ്പിടിച്ച് ഊഹക്കച്ചവടപരമായ ലാഭം
തേടിയുള്ള അതിന്റെ ആഗോളതല നീക്കത്തിന് കേവലമായിത്തന്നെ
യാതൊരു നിയന്ത്രണവും ബാധകമാകാത്ത ഒരു ലോകക്രമം.

ഇതോടൊപ്പം ബഹുരാഷ്ട്രകോർപ്പറേഷനുകളുടെ അധീനതയി
ലും വൻതോതിൽ സഞ്ചിത മൂലധനനിക്ഷേപം നടന്നു. നിരവധി വിക
സ്വരരാജ്യങ്ങളുടെ മൊത്തം ആഭ്യന്തര ഉൽപ്പാദനത്തെക്കാൾ വലുതാ
യിരുന്നു ബഹുരാഷ്ട്രകോർപ്പറേഷനുകളിൽ പലതിന്റെയും ആസ്തി.
കൊള്ളലാഭം തേടി പരക്കംപാച്ചിൽ നടത്തുന്ന സ്ഥിതിയിലേക്ക് വ്യവ
സായ വ്യപാര മൂലധനങ്ങൾ മാറി. അവയുടെ പ്രയാണത്തെ തടസ്സപ്പെ
ടുത്തുന്ന നിയന്ത്രണങ്ങളെല്ലാം നീക്കം ചെയ്യുന്നതിനുള്ള സമ്മർദ്ദം
ചെലുത്തപ്പെടുകയും അവ ഒന്നൊന്നായി എടുത്തു മാറ്റപ്പെടുകയും ചെ
യ്തു. അന്താരാഷ്ട്ര വ്യാപാരത്തിനുള്ള നിയന്ത്രണങ്ങളും ചുങ്കങ്ങളും
വെട്ടിക്കുറക്കപ്പെട്ടു. മൂലധനത്തിന്റെ സ്വതന്ത്ര പ്രയാണത്തിനുള്ള
തടസ്സങ്ങൾ ഒന്നൊന്നായി അപ്രത്യക്ഷമായി. വികസ്വര രാജ്യങ്ങളെ
സാമ്പത്തിക നിയന്ത്രണത്തിനുകീഴിൽ കൊണ്ടുവന്ന് പുനർകോളനി
വൽക്കരിക്കുക എന്നതാണ് ആഗോളവൽക്കരണത്തിന്റെ ആത്യന്തിക
ലക്ഷ്യം.

ഈ മൂലധന നീക്കത്തിന് നേതൃത്വം കൊടുക്കുന്നത് അമേരിക്കയാ
ണ്. അമേരിക്കയുടെ രക്ഷാകർതൃത്വത്തിനുകീഴിൽ നിലകൊള്ളുന്ന ഒരു
ഏകധ്രുവലോകം ലക്ഷ്യമിട്ടാണ് അവർ പ്രവർത്തിക്കുന്നത്. 2001
-സപ്തംബർ 11-ന് അമേരിക്കയിലുണ്ടായ ഭീകരാക്രമണത്തിന്റെ മറവി
ൽ സ്വതന്ത്ര പരമാധികാരരാജ്യങ്ങളിൽ സൈനികമായി ഇടപെടുന്നതി
നുള്ള ശ്രമത്തിലൂടെ ലോകമേധാവിത്വത്തിനു വേണ്ടി പരിശ്രമിക്കുക
യാണ് അമേരിക്ക.

അമേരിക്കയും ബഹുരാഷ്ട്രകുത്തകകോർപ്പറേഷനുകളും ഒരു
ഭാഗത്ത് നേട്ടമുണ്ടാക്കുമ്പോൾ തന്നെ മാനവരാശിയിൽ ബഹുഭുരിപ
ക്ഷത്തിനും ദുരിതവും ദാരിദ്ര്യവും തൊഴിലില്ലായ്മയുമായാണ് ആഗോള
വൽക്കരണം പ്രത്യക്ഷീഭവിക്കുന്നത്. ലാഭത്തിനുവേണ്ടി ശാസ്ത്ര സാങ്കേ
തിക നേട്ടങ്ങളെയാകെ ആഗോളവൽക്കരണം ഉപയോഗപ്പെടുത്തുന്നു.
സാമ്പത്തിക വളർച്ചയുണ്ടാകുമ്പോൾ തന്നെ തൊഴിൽരഹിതരുടെ
എണ്ണം വർധിപ്പിക്കാൻ ഉതകുന്ന തൊഴിൽരഹിത വളർച്ചയാണ് ആഗോള
വൽക്കരണ കാലഘട്ടത്തിൽ ഉണ്ടാകുന്നത്. അന്താരാഷ്ട്ര തൊഴിൽ
സംഘടനയുടെ കണക്കനുസരിച്ച് രണ്ടായിരാമാണ്ടിൽ രജിസ്റ്റർ ചെയ്യ
പ്പെട്ട തൊഴിൽരഹിതരുടെ എണ്ണം 12 കോടിയാണ്. ജീവിക്കാൻ തൊഴി
ലിൽ നിന്ന് മതിയായ വരുമാനം കിട്ടാത്തവർ 70 കോടി വരും പ്രതിദിനം

ഒരു ഡോളർപോലും വരുമാനമില്ലാത്തവർ 130 കോടിയാണ്. രണ്ട് ഡോളർപോലും വരുമാനമില്ലാത്തവരാണ് 300 കോടി ജനങ്ങൾ. ആഗോളവൽക്കരണത്തിന്റെ മറ്റൊരു പ്രവണത വർധിച്ചു വരുന്ന അസമത്വമാണ്. വികസിത-വികസ്വര രാജ്യങ്ങൾ തമ്മിലുള്ള അസമത്വം വളരുന്നതോടൊപ്പം തന്നെ ഓരോ രാജ്യത്തെയും ധനികരും ദരിദ്രരും തമ്മിലുള്ള അകലവും വർധിക്കുന്നു. 230 കോടി ജനങ്ങൾ അധിവസി ക്കുന്ന 45 രാജ്യങ്ങളുടെ പ്രതിവർഷ മൊത്തം ഉൽപ്പാദനത്തേക്കാൾ വലു താണ് ലോകത്തിലെ 358 കോടീശ്വരന്മാരുടെ ആകെ ആസ്തി എന്നത് ഈ പ്രതിഭാസത്തിന്റെ ഉത്തമോദാഹരണമാണ്.

ഇന്ത്യയിലെ ഭരണാധികാരിവർഗമായ വൻകിടബൂർഷ്വാസി പിന്തുടർന്നുവന്ന പാപ്പരായ മുതലാളിത്ത വികസനനയങ്ങൾ വിദേശ ഫൈനാൻസ് മൂലധനത്തെ രണ്ടു കൈയും നീട്ടി സ്വീകരിക്കേണ്ട ഗതി കേടിലേക്ക് ഇന്ത്യയെ എത്തിച്ചു. തുടക്കത്തിലെ ഇന്ത്യയുടെ വികസന സമീപനം ഇറക്കുമതി ബദൽനയത്തിൽ അടിയുറച്ചതായിരുന്നു. തദ്ദേശ വിഭവങ്ങളുടെ ഉപഭോഗം വർധിപ്പിച്ചും പൊതുമേഖലയിൽ അടിസ്ഥാന വ്യവസായങ്ങളെ ശക്തിപ്പെടുത്തിയും ഇറക്കുമതിയും വിദേശ ആശ്രിതത്വവും പരമാവധി കുറക്കുക എന്നതായിരുന്നു ആ നയത്തിന്റെ കാതൽ. എന്നാൽ സമഗ്രമായ കാർഷിക പരിഷ്കരണം നടത്തി സാധാ രണ ജനങ്ങളുടെ ക്രയശേഷി വർധിപ്പിക്കാൻ ഭരണകൂടം അതിന്റെ സങ്കുചിത രാഷ്ട്രീയ താൽപര്യങ്ങളാൽ തയ്യാറായില്ല. തന്മൂലം വ്യവ സായ വളർച്ചയ്ക്കൊപ്പം വിപണി വളർന്നില്ല. ഈ പ്രതിസന്ധി മറികട ക്കാനായി ഇറക്കുമതി ബദൽ വികസനനയത്തിൽ നിന്ന് കയറ്റുമതി ഉന്മുഖ വികസനനയത്തിലേക്ക് ഇന്ത്യ ചുവടുമാറ്റി ചവിട്ടി. കയറ്റുമതി വർധിപ്പിക്കുന്നതിന് ഇന്ത്യൻ ഉൽപന്നങ്ങളുടെ ഗുണനിലവാരം വർധി പ്പിക്കണം. അതിന് പുതിയ സാങ്കേതികവിദ്യയും വൻതോതിലുള്ള മൂല ധനമുടക്കും വേണം. ഇതിനായി കൂടുതൽ കൂടുതൽ വിദേശ മൂലധന ത്തെ ആശ്രയിക്കുന്ന സ്ഥിതിയിലേക്ക് ഇന്ത്യൻ ഭരണാധികാരിവർഗം എത്തിച്ചേർന്നു. അങ്ങനെയാണ് പുത്തൻ സാമ്പത്തികനയത്തിലേക്ക് ഇന്ത്യ എത്തിച്ചേർന്നത്. 1991 മുതൽ മാറിമാറി വന്ന ഗവൺമെന്റുകൾ പിന്തുടർന്ന ഉദാരവൽക്കരണത്തിന്റേയും ഘടനാപരമായ നീക്കുപോക്കി ന്റേതുമായ നയങ്ങൾ വിദേശ മൂലധനത്തിന് സമ്പദ്ഘടന തുറന്നുകൊടു ക്കുന്നതിലേക്കും പൊതുമേഖല പൊളിച്ചുമാറ്റുന്ന പ്രക്രിയയിലേക്കും ഇറക്കുമതി ഉദാരവൽക്കരിക്കുന്നതിലേക്കും നയിച്ചു. വിദ്യാഭ്യാസം, ആരോഗ്യം, തൊഴിൽദാനം, ക്ഷേമപദ്ധതികൾ എന്നീ രംഗങ്ങളിൽ സാമൂ ഹ്യചെലവുകൾ വെട്ടിക്കുറക്കുന്നതിലേക്കും ഈ നയം എത്തിച്ചു.

സാമൂഹ്യക്ഷേമപ്രവർത്തനങ്ങൾ നടത്തണമെങ്കിൽ വിദേശ വായ്പ വാങ്ങണം എന്ന സ്ഥിതിയാണിന്നുള്ളത്. അതാവട്ടെ കേന്ദ്ര സർക്കാർ നേരിട്ടുവാങ്ങി സംസ്ഥാനങ്ങൾക്ക് ഗ്രാന്റായോ വായ്പയായോ നൽകുകയല്ല, മറിച്ച് വിദേശധനകാര്യ സ്ഥാപനങ്ങളുമായി വിലപേശി

വായ്പ വാങ്ങുന്നതിന് കേന്ദ്രം സംസ്ഥാനങ്ങളെ നിർബന്ധിക്കുന്ന സ്ഥിതിയാണിന്നുള്ളത്.

ഇതെല്ലാം സി പി ഐ (എം) ന്റെ നേതൃത്വത്തിലുള്ള ഇടതു പക്ഷ ഗവൺമെന്റുകൾക്കും അഭിമുഖീകരിക്കേണ്ടതായി വന്നു. 1964-ൽ തന്നെ പാർട്ടി പരിപാടിയിൽ 112-ാം ഖണ്ഡികയിൽ വലത് ഇടത് വ്യതിയാനങ്ങളിൽ നിന്നു വിമുക്തമായി ഇക്കാര്യത്തിലുള്ള പൊതു സമീപനം അംഗീകരിച്ചിട്ടുണ്ടെങ്കിലും സാമ്രാജ്യത്വത്തിന്റെ സങ്കീർണ മായ വളർച്ചയേയും അടവുകളേയും നേരിടുന്നതിന് കൂടുതൽ വ്യക്ത മായ സമീപനം രൂപപ്പെടുത്താൻ സി പി ഐ (എം) തയ്യാറായി. അങ്ങനെ യാണ് 18-ാം പാർട്ടി കോൺഗ്രസ്സിൽ *ചില നയ പ്രശ്നങ്ങളെപ്പറ്റി* എന്ന പ്രമേയം സി പി ഐ (എം) അംഗീകരിച്ചത്.

12

പാർട്ടി പരിപാടി കാലോചിതമാക്കുന്നു

2000 ഒക്ടോബർ 20 മുതൽ 23 വരെ തിരുവനന്തപുരത്ത് നടന്ന പ്രത്യേക സമ്മേളനത്തിൽ വെച്ച് സി പി ഐ (എം) പരിപാടി കാലോ ചിതമാക്കിയപ്പോൾ "ആധുനിക സാങ്കേതികവിദ്യ സ്വായത്തമാക്കുന്ന തിനും ഉൽപാദനക്ഷമത വർധിപ്പിക്കുന്നതിനുംവേണ്ടി തെരഞ്ഞെടു ക്കപ്പെട്ട ചില മേഖലകളിൽ വിദേശനിക്ഷേപം അനുവദിക്കും" എന്നും "സമ്പദ്‌വ്യവസ്ഥയുടെ മൊത്തത്തിലുള്ള താൽപര്യത്തിനുവേണ്ടി ഫിനാൻസ് മൂലധനത്തിന്റെ ഒഴുക്ക് നിയന്ത്രിക്കും" എന്നും പരിപാടിയിൽ എഴുതിച്ചേർത്തിരുന്നു.ഇതുമുതലാണ് സി പി ഐ (എം എൽ)കാരും അവരുടെ ആശയങ്ങളെ പിൻപറ്റുന്നവരും സി പി ഐ(എം) നവലിബ റൽ ആയിരിക്കുന്നുവെന്നും രാജ്യദ്രോഹിയായിരിക്കുന്നുവെന്നുമൊക്കെ ആക്ഷേപിക്കുവാൻ തുടങ്ങിയത്. 18-ാം കോൺഗ്രസ്സ് *ചില നയപ്ര ശ്നങ്ങളെപ്പറ്റി* എന്ന രേഖ അംഗീകരിച്ചതോടെ ഈ ആക്ഷേപം ശക്തി പ്പെട്ടു.

പാർട്ടിപരിപാടിയിൽ ജനകീയജനാധിപത്യ വിപ്ലവാനന്തരമുള്ള കാര്യമാണ് പറഞ്ഞത്. "വിദേശ മൂലധനത്തിന്മേലുള്ള ആശ്രിതത്വം അന്താരാഷ്ട്ര ഫിനാൻസ് മൂലധനത്തിന്റെ തീട്ടൂരങ്ങൾക്കും കടുത്ത ചൂഷണത്തിനും വികസന വൈകൃതങ്ങൾക്കും വഴിയൊരുക്കുന്നു" എന്ന കാര്യം അതിൽ വളരെ കൃത്യമായിത്തന്നെ വ്യക്തമാക്കി. എന്നാൽ സോഷ്യലിസ്റ്റ്ചേരിയുടെ തകർച്ചക്കു ശേഷമുണ്ടായ ലോകസംഭവ വികാസങ്ങളെ മൂർത്തമായി വിലയിരുത്തിക്കൊണ്ട് നിലപാടുകളിൽ കാലോചിതമായ മാറ്റം വരുത്താൻ കമ്മ്യൂണിസ്റ്റ്പാർട്ടിക്ക് കഴിഞ്ഞു. സോഷ്യലിസ്റ്റ്ചേരിയുടെ തകർച്ചയെത്തുടർന്ന് ശാസ്ത്ര –സാങ്കേതിക

നേട്ടങ്ങളാകെ വൻതോതിൽ സ്വകാര്യവൽക്കരിക്കപ്പെടുന്ന സ്ഥിതിയാണ് ആഗോളതലത്തിലുണ്ടായത്. പുതിയ പേറന്റ് വ്യവസ്ഥകളുടെ ഭാഗമായി പുതിയ കണ്ടുപിടുത്തങ്ങളുടെ തൊണ്ണൂറു ശതമാനത്തിന്റെയും അവകാശികൾ സാമ്രാജ്യത്വ ശക്തികളാണ്. അതുകൊണ്ടാണ് ആധുനിക സാങ്കേതികവിദ്യ സ്വായത്തമാക്കുന്നതിനും ഉൽപാദനക്ഷമത വർധിപ്പിക്കുന്നതിനുംവേണ്ടി ജനകീയ ജനാധിപത്യത്തിന്റെ കാലത്ത് തെരഞ്ഞെടുക്കപ്പെട്ട ചില മേഖലകളിൽ വിദേശ പ്രത്യക്ഷനിക്ഷേപം അനുവദിക്കുമെന്ന് സി പി ഐ (എം) വ്യക്തമാക്കിയത്. "ആഗോള സമ്പദ്‌വ്യവസ്ഥയിൽ വമ്പിച്ച മാറ്റങ്ങൾ വന്നുകൊണ്ടിരിക്കുന്ന പശ്ചാത്തലത്തിൽ വിദേശത്തു നിന്നുള്ള ആധുനിക സാങ്കേതികവിദ്യകളെ ഉപയോഗപ്പെടുത്തുന്ന അവസരത്തിൽത്തന്നെ നമ്മുടെ രാജ്യത്തിന്റെ സ്വാശ്രയ അടിത്തറ കൂടുതൽ ശക്തിപ്പെടുത്താൻ പരിശ്രമിക്കും". എന്ന നിലപാട് ആവർത്തിച്ചുറപ്പിച്ചിട്ടുമുണ്ട്.

1997 നവംബർ 4 ന്റെ ചിന്തയിൽ ഇ എം എസ് ഇക്കാര്യം ചൂണ്ടിക്കാണിച്ചിട്ടുണ്ട്:

> 1920 കളുടെ ആദ്യവർഷത്തിൽ സോവിയറ്റ് റഷ്യക്ക് ഒരു പുതിയ സാമ്പത്തികനയം ലെനിൻ ആവിഷ്കരിക്കുകയുണ്ടായി. അതിന്റെ മുഖ്യലക്ഷ്യം നാട്ടുകാരും വിദേശികളുമായ മുതലാളിമാരുടെ സഹകരണത്തോടെ സോഷ്യലിസ്റ്റ് രാജ്യത്തിലെ സാമ്പത്തികോൽപാദനം വർധിപ്പിക്കുകയായിരുന്നു. അത് ഇന്നത്തെ സാഹചര്യത്തിൽ പ്രാവർത്തികമാക്കുകയാണ് ജിയാങ്സെമിൻ അവതരിപ്പിച്ച റിപ്പോർട്ടിന്റെ ലക്ഷ്യം.

സി പി ഐ മാർക്സിസ്റ്റ്-ലെനിനിസ്റ്റ് എന്ന് ആണയിടുന്നവർക്ക് ലെനിൻ പുത്തൻ സാമ്പത്തികനയത്തിന്റെ കാലത്ത് ആവിഷ്കരിച്ച നിലപാടുകളോട് യോജിപ്പുണ്ടോ എന്നറിയില്ല. എന്തായാലും ഇ എം എസോ, സി പി ഐ (എം) ഓ അത്തരം നിലപാടുകളെ തള്ളിപ്പറയാൻ തയ്യാറായിരുന്നില്ല.

ഇന്ത്യയിൽ വിപ്ലവം നടത്തേണ്ടത് ഇന്ത്യൻ മാതൃകയിലായിരിക്കണമെന്ന് സ്റ്റാലിൻ ഇവിടത്തെ കമ്യൂണിസ്റ്റ് നേതാക്കളെ ഉപദേശിച്ചകാര്യം നേരത്തെ സൂചിപ്പിച്ചതാണ്. ഓരോ രാജ്യത്തിന്റേയും സാമ്പത്തിക വികസന നിലവാരത്തിൽ ഏറ്റക്കുറച്ചിലുകളുണ്ടാവും. വിപ്ലവാനന്തരവും ഈ ഏറ്റക്കുറച്ചിലുകൾ നിലനിൽക്കും. അതിനനുസരിച്ചു വേണം സോഷ്യലിസത്തിലേയ്ക്ക് ഇനിയെത്ര പടികൾ കയറേണ്ടതുണ്ടെന്ന് തീരുമാനിക്കാൻ. പടികൾ കൂടുന്നതിനനുസരിച്ച് നിലപാടുകളിൽ മാറ്റം വരും. സോവിയറ്റ് യൂണിയനിലെ അനുഭവങ്ങൾ അതേപടി ചൈനയ്ക്കോ ഇന്ത്യയ്ക്കോ, വിയറ്റ്നാമിനോ, ക്യൂബയ്ക്കോ പകർത്താനാവില്ല. മൂർത്തമായ സാഹചര്യത്തെ മൂർത്തമായി വിലയിരുത്തി നിലപാടെടുക്കേണ്ടത് അതത് രാജ്യത്തെ വിപ്ലവപ്രസ്ഥാനമാണ്.

പാര്‍ട്ടിപരിപാടി കാലോചിതമാക്കിയപ്പോള്‍ 112-ാം ഖണ്ഡികയ്ക്കും സ്ഥാനമാറ്റം സംഭവിച്ചു. കാലോചിതമാക്കിയ പരിപാടിയില്‍ 7.17-ലാണ് 112-ാം ഖണ്ഡികയുടെ ഉള്ളടക്കം ചേര്‍ത്തിരിക്കുന്നത്. അതോടൊപ്പം തന്നെ ആ ഖണ്ഡികയുടെ ഉള്ളടക്കത്തില്‍ ശ്രദ്ധേയമായ ഒരു മാറ്റവും വരുത്തി. 1964-ലെ പരിപാടിയുടെ 112-ഖണ്ഡികയില്‍ സംസ്ഥാനങ്ങളില്‍ അധികാരത്തില്‍ വരുന്നതിനെക്കുറിച്ചാണ് പറഞ്ഞിരുന്നതെങ്കില്‍ കാലോചിതമാക്കപ്പെട്ട പരിപാടി തെരഞ്ഞെടുപ്പിലൂടെ കേന്ദ്രത്തില്‍ അധികാരത്തില്‍ വരാനിടയായേക്കാവുന്ന സാഹചര്യത്തെയും മുന്നില്‍ കാണുന്നു. കേന്ദ്ര ഗവണ്‍മെന്റിലെ ഇങ്ങനെയുള്ള അധികാര പങ്കാളിത്ത ത്തെ തന്ത്രപരമായ ഒരു വിഷയമായിട്ടല്ല മറിച്ച് ജനകീയ ജനാധിപത്യ മുന്നണി കെട്ടിപ്പടുക്കുന്നതിനുള്ള അടവുപരമായ ഒന്നായിട്ടുതന്നെയാണ് കാലോചിതമാക്കിയ പരിപാടിയും കൈകാര്യം ചെയ്തിരിക്കുന്നത്. നില വിലുള്ള രാഷ്ട്രീയ സാഹചര്യത്തില്‍ നയരൂപീകരണം നടത്തുന്നതില്‍ പാര്‍ട്ടിക്ക് വഹിക്കാവുന്ന പങ്കെന്ത്, അല്ലെങ്കില്‍ ഗുണപരമായ മാറ്റം വരു ത്തുന്നതില്‍ പാര്‍ട്ടിയുടെയും ഇടതുപക്ഷ ശക്തികളുടെയും ഗണപരമായ ശേഷിയെന്ത് എന്നുകൂടെ കണക്കിലെടുത്തു മാത്രമേ കേന്ദ്രഭരണ പങ്കാളിത്തത്തില്‍ പാര്‍ട്ടി നിലപാട് സ്വീകരിക്കൂ.

ഇതു കൂടാതെ മറ്റൊരു മാറ്റവും 112-ാം ഖണ്ഡികയില്‍ വന്നു. "ജന ങ്ങള്‍ക്ക് അടിയന്തിരാശ്വാസം നല്‍കുകയെന്ന മിതമായ പരിപാടി" നട പ്പിലാക്കല്‍ ആണ് സംസ്ഥാന ഗവണ്‍മെന്റുകളുടെ കടമയായി അംഗീക രിച്ചിരുന്നതെങ്കില്‍ കാലോചിതമാക്കിയ പരിപാടിയില്‍ "ജനങ്ങള്‍ക്ക് ആശ്വാസം നല്‍കുന്നതും നിലവിലുള്ള പരിമിതികള്‍ക്കകത്തുനിന്നു കൊണ്ട് ബദല്‍ നയങ്ങള്‍ ഉയര്‍ത്തിക്കാണിക്കാനും നടപ്പിലാക്കാനും തീവ്രമായി ശ്രമിക്കുന്നതുമായ പരിപാടി" നടപ്പിലാക്കലൊണ് ലക്ഷ്യമെന്ന് അംഗീകരിച്ചു. ദീര്‍ഘനാള്‍ നിലനില്‍ക്കുന്ന ഗവണ്‍മെന്റുകള്‍ക്ക് അടിയ ന്തിരാവശ്യങ്ങളില്‍ മാത്രമായി ഒതുങ്ങി നില്‍ക്കാന്‍ കഴിയില്ല, മറിച്ച് സാര വത്തായ കുറച്ചു കാര്യങ്ങള്‍ കൂടെ ചെയ്യേണ്ടതായിവരും. ബദല്‍ നയ ങ്ങള്‍ന നടപ്പിലാക്കാന്‍ പരിമിതികള്‍ക്കകത്തു നിന്നുകൊണ്ട് പരിശ്രമി ക്കണം. ഈ കാഴ്ചപ്പാട് വിശദീകരിച്ചുകൊണ്ട് 19-ാം പാര്‍ട്ടി കോണ്‍ഗ്രസ് "അഖിലേന്ത്യാ തലത്തില്‍ നമ്മുടെ പാര്‍ട്ടി ബദല്‍ നയങ്ങള്‍ മുന്നോട്ടുവെക്കുകയും അവയുടെ മേഖലയില്‍ ജനങ്ങളെ അണി നിരത്താന്‍ ശ്രമിക്കുകയും" ചെയ്യുമ്പോള്‍തന്നെ പാര്‍ട്ടി നേതൃത്വത്തി ലുള്ള "സംസ്ഥാനഗവണ്‍മെന്റുകള്‍ക്ക് ഈ ബദല്‍ നയങ്ങളെല്ലാം പ്രാവര്‍ത്തികമാക്കാന്‍ കഴിയും എന്ന് സിദ്ധിക്കുന്നില്ല" എന്നും വ്യക്ത മാക്കി.

13

വിദേശമൂലധനവും ലെനിനും

63ക്ടോബർ വിപ്ലവത്തിന്റെ നാലാം വർഷികവേളയിൽ ലെനിൻ ഇങ്ങനെ ചൂണ്ടിക്കാണിച്ചു:

ആദ്യം ജനങ്ങളുടെ രാഷ്ട്രീയാവേശവും തുടർന്ന് സൈനികാ വേശവും ഉണർന്നതോടെ ആവേശത്തിന്റെ തരംഗമാലകളിൽ ഉയർന്ന് നാം പ്രതീക്ഷിച്ചത് ഈ ആവേശത്തെ നേരിട്ട് ആശ്രയി ച്ചുകൊണ്ട് രാഷ്ട്രീയവും സൈനികവുമായ കടമകൾ നിറവേററി യതു പോലെതന്നെ മഹത്തരമായ സാമ്പത്തികകടമകളും നിറവേററാൻ കഴിയുമെന്നാണ്. തൊഴിലാളിവർഗ ഭരണകൂടം അനുശാസിക്കുന്നതുപോലെ കമ്യൂണിസ്റ്റ് ആദർശങ്ങൾ പ്രകാരം ഭരണകൂട നിയന്ത്രിതമായ ഉൽപാദനവും ഭരണകൂടനിയന്ത്രിത മായ വിതരണവും ചെറുകിട കാർഷിക സമ്പദ്ഘടന നിലവിലുള്ള ഒരു രാജ്യത്തും നേരിട്ടുതന്നെ സംഘടിപ്പിക്കാൻ സാധിക്കുമെന്ന് നാം പ്രതീക്ഷിച്ചു. മതിയായ പര്യാലോചനകൾ നടത്താതെ നാം അങ്ങനെ അനുമാനിച്ചുവെന്ന് പറയുന്നതാകും കൂടുതൽ സത്യ സന്ധമാകുക. നമുക്ക് തെററുപററിയെന്ന് അനുഭവം തെളിയിച്ചിരി ക്കുന്നു. കമ്യൂണിസത്തിലേക്കുള്ള പരിവർത്തനത്തിന് അനേക വർഷങ്ങൾ നീളുന്ന പരിശ്രമങ്ങൾക്ക് തയ്യാറെടുക്കാനായി സ്റ്റേററ് മുതലാളിത്തം, സോഷ്യലിസം എന്നിങ്ങനെ നിരവധി അന്തരാള ഘട്ടങ്ങൾ ആവശ്യമാണെന്ന് സ്പഷ്ടമാകുന്നു. ചെറുകിട കാർ ഷിക സമ്പദ്ഘടന നിലവിലുള്ള ഈ രാജ്യത്തിന് സോഷ്യലിസ ത്തിൽ എത്തുന്നതിന് സ്റ്റേററ് മുതലാളിത്തം മുഖേന ഉറപ്പുള്ള കടുത്തപാത നിർമ്മിക്കുന്നതിന്, ആവേശത്തെ നേരിട്ട് ആശ്രയി

ക്കാതെ എന്നാൽ മഹാവിപ്ലവം സൃഷ്ടിച്ച ആവേശത്തിന്റെ സഹായത്തോടെ, വ്യക്തിപരമായ താൽപര്യത്തിന്റെയും വൈയക്തികമായ പ്രോൽസാഹനത്തിന്റെയും വ്യാപാരതത്വങ്ങളുടെയും അടിസ്ഥാനത്തിലും പ്രവർത്തിക്കാനൊരുങ്ങുകയാണ് നാം ആദ്യം ചെയ്യേണ്ടത്. അതല്ലെങ്കിൽ കമ്യൂണിസത്തിലെത്തുവാനോ, ജനകോടികളെ കമ്യൂണിസത്തിലേക്ക് നയിക്കുവാനോ നമുക്ക് ഒരിക്കലും സാധിക്കുകയില്ല. അനുഭവം, വിപ്ലവ വികാസത്തിന്റെ വസ്തുനിഷ്ഠ പാത അതാണ് നമ്മെ പഠിപ്പിക്കുന്നത്." (ലെനിൻ, സമാഹൃത കൃതികൾ വാല്യം 33 പേജ് 58)

സോഷ്യലിസത്തിലേക്കുള്ള പാതയിൽ മുതലാളിത്തത്തെ ഒരു രീതിയും, ഒരു മാർഗവും ഒരു ഉപാധിയുമായി ഉപയോഗപ്പെടുത്തേണ്ടതിന്റെ പ്രാധാന്യം ലെനിൻ കണ്ടിരുന്നു.

സോഷ്യലിസവുമായി താരതമ്യപ്പെടുത്തുമ്പോൾ മുതലാളിത്തം മ്ലേച്ഛമാണ്. എന്നാൽ മധ്യകാല പരിത:സ്ഥിതിയും ചെറുകിട ഉൽപാദനവും ചെറുകിട ഉൽപാദകർക്കിടയിൽ നിന്ന് ഉയർന്നു വരുന്ന ഉദ്യോഗസ്ഥ ദുഷ്പ്രഭുത്വത്തിന്റെ തിന്മകളുമായി താരതമ്യപ്പെടുത്തുമ്പോൾ മുതലാളിത്തം ഒരനുഗ്രഹമാണ്. ചെറുകിട ഉൽപാദനത്തിൽ നിന്ന് നേരിട്ട് സോഷ്യലിസത്തിലെത്തുവാൻ നമുക്ക് കഴിയാത്തതുപോലെ തന്നെ ചെറുകിട ഉൽപാദനത്തിന്റെയും വിനിമയത്തിന്റെയും പ്രാഥമികസൃഷ്ടി എന്ന നിലയിൽ അൽപം മുതലാളിത്തവും അനിവാര്യമാണ്. ചെറുകിട ഉൽപാദനത്തിനും സോഷ്യലിസത്തിനും ഇടയിലുള്ള കണ്ണി എന്ന നിലയിൽ, ഉൽപാദന ശക്തികളെ വർധിപ്പിക്കുന്നതിനുള്ള ഒരു രീതിയും ഒരു ഉപാധിയും ഒരു മാർഗവും എന്ന നിലയിൽ മുതലാളിത്തത്തെ (വിശേഷിച്ചും സ്റ്റേറ്റു മുതലാളിത്തത്തിന്റെ മാർഗങ്ങളിലൂടെ തിരിച്ചു വിട്ടുകൊണ്ട്) നാം ഉപയോഗപ്പെടുത്തേണ്ടിയിരിക്കുന്നു. (ലെനിൻ സമാഹൃതകൃതികൾ വാല്യം 32 പേജ് 350)

വിദേശമൂലധനത്തെ സ്വന്തം വ്യവസായങ്ങൾ വളർത്തുന്നതിനായി ഉപയോഗിക്കേണ്ടതിന്റെ പ്രാധാന്യവും പുത്തൻ സാമ്പത്തിക നയത്തിന്റെ കാലത്ത് ലെനിൻ വ്യക്തമാക്കിയിട്ടുണ്ട്. മുതലാളിത്തത്തെ ഉപയോഗിക്കുന്നതിന്റെ ഭാഗമായാണ് ഇക്കാര്യം ലെനിൻ ചൂണ്ടിക്കാണിച്ചത്:

നാം മുതലാളിത്തത്തെ പുന:സൃഷ്ടിക്കുകയെന്നാണ് ഒരളവോളം അതിനർഥം. നാമത് പരസ്യമായാണ് ചെയ്യുന്നത്. അത് സ്റ്റേറ്റ് മുതലാളിത്തമാണ്. എന്നാൽ അധികാരം മൂലധനത്തിന്റെ വരുതിയിലായ (മുതലാളിത്തം) ഒരു സമൂഹത്തിലെ സ്റ്റേറ്റു മുതലാളിത്തവും തൊഴിലാളിവർഗ ഭരണകൂടത്തിൻകീഴിലെ സ്റ്റേറ്റ്

മുതലാളിത്തവും തികച്ചും വ്യത്യസ്തങ്ങളായ രണ്ട് കാഴ്ചപ്പാടു
കളാണ്. ഒരു മുതലാളിത്തരാജ്യത്തെ സ്റ്റേറ്റു മുതലാളിത്തം
എന്നതിനർഥം ബൂർഷ്വാസിക്ക് പ്രയോജനകരമായും തൊഴിലാ
ളിവർഗത്തിന് ഹാനികരമായും ഭരണകൂടം അതിനെ അംഗീക
രിക്കുകയയും നിയന്ത്രിക്കുകയയും ചെയ്യുന്നുവെന്നാണ്. തൊഴിലാളി
വർഗ രാജ്യത്ത് അതേകാര്യങ്ങൾ ചെയ്യുന്നത് തൊഴിലാളി
വർഗത്തിന്റെ നേട്ടത്തിനും അപ്പോഴും ശക്തമായ നിലയിൽ
തുടരുന്ന ബൂർഷ്വാസിയെ അതിജീവിക്കുന്നതിനും അതിനെതിരെ
പോരാടുന്നതിനുമാണ്. വിദേശബൂർഷ്വാസിക്ക്, വിദേശമൂലധ
നത്തിന് നാം ഇളവുകൾ അനുവദിക്കണമെന്നത് എടുത്തു
പറയേണ്ടതില്ലല്ലോ? ദേശസാൽക്കരണത്തിൽ തെല്ലുപോലും
കുറവു വരുത്താതെ തന്നെ നാം ഖനികളും വനങ്ങളും എണ്ണപ്പാട
ങ്ങളും വിദേശമുതലാളിമാർക്ക് പാട്ടത്തിന് കൊടുക്കുകയയും
പകരമായി നിർമ്മിത ചരക്കുകൾ, യന്ത്രോപകരണങ്ങൾ മുതലാ
യവ സ്വീകരിച്ച് അതുവഴി നമ്മുടെ സ്വന്തം വ്യവസായത്തെ പുന:
സ്ഥാപിക്കുകയയും വേണം" (ലെനിൻ സമാഹൃതകൃതികൾ വാള്യം
32 പേജ് 491)

ചൈനിസ് സവിശേഷതകളോടു കൂടിയ സോഷ്യലിസ്റ്റ്നിർമാ
ണത്തിലും വിദേശമൂലധനം ഇന്ന് വ്യാപകമായ തോതിൽ ഉപയോ
ഗപ്പെടുത്തുന്നുണ്ട്. മുതലാളിത്തത്തിനും കമ്യൂണിസത്തിനും ഇടയിലുള്ള
ഒരു അന്തരാളഘട്ടമാണ് സോഷ്യലിസം എന്നതിനാൽ സോഷ്യലിസം
കമ്യൂണിസത്തിന്റെ പ്രാഥമിക ഘട്ടമാണ്. എന്നാൽ വിപ്ലവത്തിന്റെ
ഘട്ടത്തിലെ ഉൽപാദകശക്തികളുടെ നിലവാരത്തെ ആശ്രയിച്ച് അന്തരാള
ഘട്ടത്തിൽ തന്നെ പല ഘട്ടങ്ങളുമുണ്ടെന്നാണ് ചൈനീസ് കമ്യൂണിസ്റ്റ്
പാർട്ടി പറയുന്നത്. വിപ്ലവത്തിന്റെ ഘട്ടത്തിൽ അർധ ഫ്യൂഡൽ, അർധ
കൊളോണിയൽ, പിന്നോക്കരാജ്യമായിരുന്നു ചൈന എന്നതിനാൽ
വളരെ താഴ്ന്ന നിലയിൽനിന്ന് സമ്പദ് വ്യവ്യവസ്ഥയുടെ സോഷ്യലിസ്റ്റ്
പരിവർത്തനം നടത്തേണ്ടിയിരുന്നു. അതിനാലാണ് "ചൈനീസ്
സവിശേഷതകളോടു കൂടിയ സോഷ്യലിസം കെട്ടിപ്പടുക്കൽ" എന്ന് ഈ
പ്രക്രിയക്ക് ചൈനീസ് കമ്യൂണിസ്റ്റ് പാർട്ടി പേരിട്ടത്.

ഈ പരിഷ്കരണങ്ങൾ മുഖേന ഉൽപാദനശക്തികളെ അതിവേഗം
വ്യാപിപ്പിക്കുന്നതിനും അങ്ങനെ സോഷ്യലിസത്തെ ദൃഢീകരിക്കുന്ന
തിനുമാണ് ചൈനീസ് കമ്യൂണിസ്റ്റ്പാർട്ടി പരിശ്രമിക്കുന്നത്. എന്നാൽ
വിദേശ മൂലധനത്തിന്റെ കടന്നുവരവ് അന്യമായ ആശയങ്ങളുടേയും
മൂല്യങ്ങളുടേയും കടന്നു വരവിനിടയാക്കിയേക്കും. സാമ്രാജ്യത്വ മൂലധനം
ചൈനയിലെത്തിയിട്ടുള്ളത് ചൈനയിലെ സോഷ്യലിസത്തെ ശക്തിപ്പെടു
ത്താനല്ല മറിച്ച് ലാഭം നേടുന്നതിനും സോഷ്യലിസത്തിന് പ്രതികൂലമായ
സാഹചര്യങ്ങൾ സൃഷ്ടിക്കുന്നതിനുമാണ്. സോഷ്യലിസത്തെ ദുർബല
പ്പെടുത്താനോ അതിനെ പൊളിച്ചു മാറ്റുവാൻ തന്നെയോ അവർ ശ്രമിക്കും.

ചൈനയിലെ പോർക്കളത്തിൽ അരങ്ങേറിക്കൊണ്ടിരിക്കുന്ന സാമ്രാജ്യ ത്വവും സോഷ്യലിസവും തമ്മിലുളള പോരാട്ടത്തിൽ അന്തിമവിജയം നേടുന്നതിന് അവിടത്തെ കമ്യൂണിസ്റ്റ്പാർട്ടി ജാഗ്രതയോടെ പരിശ്രമിച്ചു കൊണ്ടിരിക്കുകയാണ്.

റഷ്യയിൽ ലെനിനോ, ആ മാർഗം പിന്തുടർന്നുകൊണ്ട് ചൈനയി ലെ കമ്യൂണിസ്റ്റ്പാർട്ടിയോ വിദേശമൂലധനത്തോട് തൊട്ടുകൂടായ്മ കാണിച്ചിട്ടില്ല. എന്നാൽ ഇന്ത്യയിൽ ഭരണവർഗനേതൃത്വം വൻകിട ബൂർഷ്വാസിക്കാണ്. അവരാവട്ടെ തുടക്കം മുതൽ സാമ്രാജ്യത്വവുമായി കൂടുതൽ കൂടുതൽ സഹകരിച്ചു കൊണ്ടിരിക്കുന്നവരുമാണ്. ഇന്ത്യൻ സാമ്പത്തികനയം നിശ്ചയിക്കുന്നത് ഈ ഭരണവർഗമാണ്.സംസ്ഥാന ഗവൺമെന്റുകൾക്ക് അതിൽനിന്നു കുതറിമാറി ബദൽനയമുണ്ടാക്കു ന്നതിന് പരിമിതിയുണ്ട്. എന്നാൽ വായ്പകളുടെ ഭാഗമായി വരുന്ന ജന ദ്രോഹവ്യവസ്ഥകൾ പരമാവധി കുറക്കുന്നതിനുവേണ്ടി പരിശ്രമിക്കാ നാവും. അതിനെ സഹായിക്കുന്നതാണ് 18-ാം കോൺഗ്രസ്സ് അംഗീകരിച്ച നയരേഖ.

14

ചൈനയുടെ അനുഭവം

"സാമൂഹ്യമോചനത്തിന്റെയും സോഷ്യലിസ്റ്റ് പരിവർത്തനത്തിന്റെയും പ്രക്രിയ ദീർഘവും സങ്കീർണവുമായിരിക്കും. മുതലാളിത്തത്തിൽ നിന്ന് സോഷ്യലിസത്തിലെക്കുള്ള പരിവർത്തനം ഒറ്റയടിക്കുള്ള മാറ്റമല്ലെന്നും ഭരണാധികാരം നേടിയതിനുശേഷവും ദീർഘവും രൂക്ഷവുമായ വർഗസമരങ്ങളുടെ കാലഘട്ടമാണെന്നും ചരിത്രം നമ്മെ പഠിപ്പിക്കുന്നു." (സി പി ഐ(എം) പരിപാടി. 2.4) മുതലാളിത്തത്തിൽ നിന്ന് സോഷ്യലിസത്തിലേക്കുള്ള പരിവർത്തനം ഒറ്റയടിക്കുള്ള മാറ്റമല്ല എന്നതിനർഥം അതിനിടയിൽ നിരവധി ഘട്ടങ്ങളുണ്ടെന്നു തന്നെയാണ്. മാർക്സും എംഗൽസും വികസിത മുതലാളിത്തരാജ്യങ്ങളിൽ തൊഴിലാളിവർഗ നേതൃത്വത്തിൽ സോഷ്യലിസ്റ്റുവിപ്ലവം നടക്കുമെന്നാണ് പ്രതീക്ഷിച്ചിരുന്നത്. എന്നാൽ വികസിത രാജ്യങ്ങളിൽ തന്നെ പിന്നോക്കം നിൽക്കുന്ന റഷ്യയിലും ചൈനപോലുള്ള അവികസിത രാജ്യങ്ങളിലുമാണ് വിപ്ലവം അരങ്ങേറിയത്. വിപ്ലവാനന്തരം ഉൽപ്പാദനബന്ധങ്ങളിൽ മാറ്റം വന്നുവെങ്കിലും അതിനൊത്ത് ഉൽപ്പാദന ഉപാധികളിൽ വളർച്ച നേടാനായില്ല. ഇത് വിപ്ലവാനന്തരം അധികാരത്തിൽ വന്ന തൊഴിലാളിവർഗ പാർട്ടികൾ അഭിമുഖീകരിക്കേണ്ടിവന്ന ഒരു സുപ്രധാന പ്രശ്നമായിരുന്നു. സോവിയറ്റ് യൂണിയനെയോ മറ്റെതെങ്കിലും രാജ്യത്തെയോ സോഷ്യലിസ്റ്റ്നിർമാണ പ്രക്രിയക്ക് മാതൃകയായി സ്വീകരിക്കാൻ മറ്റ് രാജ്യങ്ങൾക്ക് കഴിയുമായിരുന്നില്ല. കാരണം വ്യത്യസ്ത രാജ്യങ്ങളിലെ ഉൽപ്പാദനശക്തികളുടെ വളർച്ച വ്യത്യസ്ത തട്ടുകളിലായിരുന്നു.

സോഷ്യലിസ്റ്റ്നിർമാണ പ്രക്രിയയിൽ മാത്രമല്ല വിവിധ രാജ്യങ്ങ

ലിലെ കമ്യൂണിസ്റ്റ്പാർട്ടി സ്വീകരിക്കേണ്ട തന്ത്രപരമായ സമീപനങ്ങ ളിലും ഈ സങ്കീർണത നിലനിന്നിരുന്നു. ഇതുകൂടി കണക്കിലെടുത്താ ണ് ലോകത്തിലാകെയുള്ള കമ്യൂണിസ്റ്റുപാർട്ടികൾക്ക് നേതൃത്വം കൊടുക്കാൻ ഒരു കേന്ദ്രത്തിന് കഴിയില്ല എന്നു ബോധ്യമാവുകയും കമ്യൂ ണിസ്റ്റ് ഇന്റർനാഷണൽ പിരിച്ചുവിടുകയും ചെയ്തത്.

മാർക്സും എംഗൽസും വികസിതമുതലാളിത്തരാജ്യങ്ങളിൽ നടക്കുന്ന തൊഴിലാളിവർഗ വിപ്ലവാനന്തരമുള്ള സോഷ്യലിസ്റ്റ് സമ്പദ് വ്യവസ്ഥയുടെ ചട്ടക്കൂടാണ് അവരുടെ കൃതികളിൽ വരച്ചിട്ടിരിക്കുന്നത്. ഓരോ രാജ്യത്തിലും നിലവിലുള്ള ഉൽപ്പാദനോപാധികളുടെ വളർച്ചകണ ക്കിലെടുത്ത് സോഷ്യലിസ്റ്റ്നിർമാണ പ്രക്രിയക്കിടയിലുള്ള വ്യത്യസ്ത തട്ടുകളിൽ തങ്ങളുടെ രാജ്യത്തിന്റെ സ്ഥാനമെവിടെയെന്ന് നിശ്ചയിച്ച് അതിനനുസൃതമായി നിലപാടുകൾ രൂപപ്പെടുത്തേണ്ടത് അതത് രാജ്യ ങ്ങളിലെ കമ്യൂണിസ്റ്റുപാർട്ടികളുടെ ചുമതലയായി മാറി.

ചൈനയുടെ സോഷ്യലിസ്റ്റ്നിർമാണ ഘട്ടത്തിന് പുത്തൻ ജനാ ധിപത്യഘട്ടം എന്നാണവർ പേരിട്ടുവിളിച്ചത്. മുതലാളിത്തത്തിൽ നിന്ന് സോഷ്യലിസ്റ്റ് ഘട്ടത്തിലേക്കുള്ള ദൂരത്തിന്റെ ദൈർഘ്യം കണക്കു കൂട്ടുന്നതിൽ സാർവദേശീയ കമ്യൂണിസ്റ്റ്പ്രസ്ഥാനത്തിനു തന്നെ കാൽ പനികമായ ഒരു സമീപനമാണ് മുമ്പ് ഉണ്ടായിരുന്നത്. 81 കമ്യൂണിസ്റ്റ്പാർ ട്ടികളുടെ 1960-ലെ പ്രസ്താവന ഇതിന് ഒരു ദൃഷ്ടാന്തമാണ്. "സമൂഹ ത്തിന്റെ വളർച്ചയിൽ ലോകസോഷ്യലിസ്റ്റ് വ്യവസ്ഥ നിർണായക ഘടക മായി മാറിക്കൊണ്ടിരിക്കുന്നുവെന്നതാണ് നമ്മുടെ കാലഘട്ടത്തിലെ മുഖ്യസവിശേഷത" എന്നും "ആഗോള ഉൽപാദനത്തിലെ സോഷ്യലിസ ത്തിന്റെ പങ്ക് മുതലാളിത്തത്തിന്റെ പങ്കിനെക്കാൾ കൂടുതലാവുന്ന കാലം അത്ര ദൂരത്തൊന്നുമല്ല." എന്നുമൊക്കെ ആ രേഖയിൽ വിലയിരുത്തി യിരുന്നു. "സോവിയറ്റു യൂണിയനിൽ മാത്രമല്ല മറ്റ് സോവിയറ്റ് രാജ്യങ്ങ ളിലും മുതലാളിത്തത്തിന്റെ പുന:സ്ഥാപനം അസാധ്യമായിത്തീർന്നി രിക്കുന്നു" വെന്നും ആ രേഖ വിലയിരുത്തി.

എന്നാൽ സോവിയറ്റ് യൂണിയനിലും കിഴക്കൻ യൂറോപ്യൻ രാജ്യങ്ങളിലും സോഷ്യലിസം പൊളിച്ചുമാറ്റപ്പെട്ടതോടെ കൂടുതൽ വസ്തുനിഷ്ഠമായ നിലപാടിലേക്ക് നീങ്ങാൻ സോഷ്യലിസ്റ്റ്പ്രസ്ഥാനം തയ്യാറായി. അതിനു മുമ്പുതന്നെ ചൈനയിൽ ഒരു പുനരാലോചന നടന്നിരുന്നു. 1982-ൽ ദെംഗ് സിയാവോ പിങ് പറഞ്ഞു: "ഞങ്ങളുടേതു പോലെ വലിയതും ദരിദ്രവുമായ ഒരു രാജ്യത്ത് ഉൽപ്പാദനം വർധിപ്പിക്കു വാൻ ശ്രമിച്ചില്ലെങ്കിൽ ഞങ്ങൾക്ക് എങ്ങനെയാണ് നിലനിൽക്കാൻ സാധിക്കുക? ഞങ്ങളുടെ ജനങ്ങൾ ഇത്രയേറെ വൈഷമ്യങ്ങൾ അനുഭവിക്കുമ്പോൾ എങ്ങനെയാണ് സോഷ്യലിസം മികവുറ്റതാവുക? കമ്യൂണിസമെന്നാൽ മുഖ്യമായും ഒരു ആത്മീയ കാര്യമാണെന്ന് പ്രഖാപിച്ചുകൊണ്ട് "ദരിദ്രരുടെ സോഷ്യലിസത്തിനും" ദരിദ്രരുടെ കമ്യൂ

ണിസത്തിനും വേണ്ടി നാലാൾ സംഘം മുറവിളി കൂട്ടി. വെറും അസംബന്ധമാണത്."

കമ്യൂണിസത്തിന്റെ ആദ്യഘട്ടമാണ് സോഷ്യലിസമെന്ന് നാം പറയുന്നു. ഒരു പിന്നോക്ക രാജ്യത്ത് സോഷ്യലിസം കെട്ടിപ്പടുക്കാൻ ശ്രമിക്കുമ്പോൾ പ്രാരംഭത്തിലെ ദീർഘ കാലഘട്ടത്തിൽ അതിന്റെ ഉൽപ്പാദകശക്തികൾ വികസിത മുതലാളിത്തരാജ്യങ്ങളുടെ നിലവാര ത്തിലെത്തുകയില്ലെന്നതും ദാരിദ്ര്യം പൂർണമായി നിർമാർജനം ചെയ്യാ ൻ അതിന് സാധിക്കുകയില്ലെന്നതും സ്വഭാവികമാണ്. തദനുസൃതമായി സോഷ്യലിസം കെട്ടിപ്പടുക്കുന്നതിനിടയിൽ നാം ഉൽപ്പാദക ശക്തികളെ വികസിപ്പിക്കുന്നതിനും ക്രമേണയായി ദാരിദ്ര്യം നിർമാർജനം ചെയ്യുന്ന തിനും ജനങ്ങളുടെ ജീവിതനിലവാരം നിരന്തരം ഉയർത്തുന്നതിനും സാധ്യമായതെല്ലാം ചെയ്യണം. അതല്ലെങ്കിൽ സോഷ്യലിസം എങ്ങനെ യാണ് മുതലാളിത്തത്തിനുമേൽ വിജയം വരിക്കുക? 81 കമ്യൂണിസ്റ്റ് പാർട്ടികളുടെ രേഖയിലായാലും ദെങ്ങിന്റെ വാക്കുകളിലായാലും നാം ശ്രദ്ധിക്കേണ്ട ഒരു കാര്യം സോഷ്യലിസ്റ്റ് രാജ്യങ്ങളിലെ ഉൽപ്പാദനരംഗ ത്തെ വളർച്ച സോഷ്യലിസത്തിന്റെ വികാസത്തിനും മുതലാളിത്ത ത്തിന്റെ തകർച്ചക്കും അത്യന്താപേക്ഷിതമായ ഒന്നാണ് എന്നതാണ്. ഉൽപ്പാദനരംഗത്ത് സോഷ്യലിസ്റ്റ് സമ്പദ്‌വ്യവസ്ഥക്ക് മുതലാളിത്തത്തിനു മേൽ മേൽക്കോയ്മ നേടാനാവണം.

അതിന് അനുയോജ്യമായ സമീപനമാണിന്ന് ഉൽപ്പാദനരംഗത്ത് ജനകീയ ചൈന സ്വീകരിച്ചിരിക്കുന്നത്. 1970-കളുടെ അവസാനത്തിലും 80-കളുടെ ആദ്യത്തിലുമായി വ്യാപാരരംഗം തുറന്നിട്ടു കൊടുത്തു. കൃഷിയെ കരാർ ഉത്തരവാദിത്വ വ്യവസ്ഥയിലേക്ക് മാറ്റുകയും ആവശ്യത്തിലേറെ ഉൽപ്പാദിപ്പിക്കുന്ന കാർഷിക ഉൽപ്പാദനം പൊതുവിപ ണിയിൽ വിറ്റ് നേട്ടമുണ്ടാക്കുന്നതിന് കർഷകരെ അനുവദിക്കുകയും ചെയ്തു. 80-കളുടെ അവസാനത്തിലും 90-കളുടെ ആദ്യത്തിലുമായി വില നിർണയപ്രക്രിയയിൽ രാഷ്ട്രത്തിന്റെ പങ്ക് കുറയ്ക്കുകയും മിക്ക വാറും ഉൽപ്പന്നങ്ങളുടെ വിലനിയന്ത്രണം വിപണിക്ക് വിട്ടുകൊടുക്കു കയും ചെയ്തു. 90-കളുടെ അവസാനത്തിൽ ലാഭകരമല്ലാതെ പ്രവർ ത്തിക്കുന്ന പൊതുമേഖലാസ്ഥാപനങ്ങൾ അടച്ചുപൂട്ടുകയും അവയെ പുന:സംഘടിപ്പിക്കുകയും ചെയ്തു. 21-ാം നൂറ്റാണ്ടിന്റെ തുടക്കത്തിൽ ദരിദ്രരും ധനികരും തമ്മിലുള്ള വിടവ് നികത്തുന്നതിലാണ് ചൈന ശ്രദ്ധ കേന്ദ്രീകരിച്ചിരിക്കുന്നത്.

ഇതിന്റെ ഫലമായി ചൈനയിലുണ്ടായ വളർച്ചയുടെ മൂന്ന് പ്രത്യേ കതകൾ ശ്രദ്ധേയമാണ്. അതിൽ ഒന്നാമത്തേത് പ്രദേശങ്ങളുടെ വിക സനവുമായി ബന്ധപ്പെട്ടതാണ്. ചൈനയുടെ തീരദേശത്താണ് ലോക ത്തിലെ ഏറ്റവും വേഗം വളരുന്ന പ്രദേശങ്ങളിൽ ഇരുപതെണ്ണം സ്ഥിതി ചെയ്യുന്നത്. തീരദേശങ്ങളിൽ മാത്രമല്ല ഉൾപ്രദേശങ്ങളിലും സമാനമായ

വ്യാവസായിക വികസനമുണ്ടാവുന്നുണ്ട്. വികസിതമായിക്കൊണ്ടിരി ക്കുന്ന ലാറ്റിനമേരിക്കൻ രാജ്യങ്ങളിലേതുപോലെ നാണയപ്പെരുപ്പ ത്തിന്റെ പ്രശ്നം ഈ വളർച്ചയുണ്ടായിട്ടും ചൈനയിൽ അനുഭവപ്പെടു ന്നില്ല. മൂന്നാമത്തെ പ്രധാന സംഗതി മതിപ്പുളവാക്കുന്ന ഉൽപ്പാദന ക്ഷ മതാ വളർച്ചയാണ്.

ചൈനയുടെ വളർച്ച സാമ്പ്രദായികമായ മൂലധന-തൊഴിൽ നിക്ഷേ പത്തെ അടിസ്ഥാനമാക്കി മാത്രമല്ല ഉണ്ടാകുന്നത്. മൂലധന വളർച്ചമൂലം ഉണ്ടാകുന്ന വളർച്ച 37 ശതമാനവും അധാനശേഷിയുടെ ഗുണപരവും അളവുപരവുമായ മേന്മ കൊണ്ടുണ്ടാകുന്ന വളർച്ച 17 ശതമാനവുമാണ്. മൊത്തം ആഭ്യന്തരോൽപ്പാദനത്തിന്റെ പകുതിയോളം വരുന്ന 4.3 ശത മാനം വളർച്ചയുമുണ്ടാകുന്നത് മറ്റു കാരണങ്ങളാലാണ്.

കാർഷിക രംഗത്തെ വളർച്ചയും ഏറെ മതിപ്പുളവാക്കുന്നതാണ്. കാർഷിക രംഗത്തെ ശരാശരി വളർച്ച 1978-85 കാലത്ത് 7.4 ശ തമാന മായിരുന്നു. 80-കളുടെ അവസാനത്തോടെ ഇത് 10 ശതമാന ത്തിലേക്ക് ഉയർന്നു. ഇപ്പോൾ ചൈന ഭക്ഷ്യധാന്യ ഉൽപ്പാദനത്തിന്റെ കാര്യത്തിൽ സ്വയം പര്യാപ്തമാണ്. കാർഷികോൽപ്പാദനത്തിന്റെ 23 ശതമാനം ഗ്രാമീണ വ്യവസായങ്ങൾക്ക് ഉപയോഗപ്പെടുത്തുവാൻ കഴിയുന്നുണ്ട്. തൻമൂലം ഗ്രാമപ്രദേശങ്ങളിൽ അധികമായിവരുന്ന തൊഴിൽശക്തിയെ ഉൾക്കൊള്ളാനും ഗ്രാമീണവ്യവസായങ്ങൾക്ക് കഴിയുന്നു. ഇതിന്റെയെ ല്ലാം ഫലമായി ഗ്രാമീണജനതയുടെ ആളോഹരി വരുമാനം ഇരട്ടിയായി വർധിച്ചു.

1990 ലാണ് ദെംഗ് സിയാവോ പിങിന്റെ ആശയങ്ങൾ ഉൾക്കൊണ്ടു കൊണ്ട് ചൈന സോഷ്യലിസ്റ്റ് - വിപണി സമ്പദ്‌വ്യവസ്ഥ അംഗീകരിച്ചത്. 2003 ൽ 9.1 ശതമാനം, 2004-ൽ 9.5ശതമാനം എന്ന നിരക്കിൽ ചൈനയുടെ മൊത്തം ആഭ്യന്തരോൽപ്പാദനത്തിൽ വർധനവുണ്ടായി.

1989 മുതൽ ചൈന വിദേശനിക്ഷേപം സ്വീകരിക്കാൻ തുടങ്ങി. 1990 ൽ കൂട്ടുസംരംഭങ്ങൾക്ക് ഉണ്ടായിരുന്ന ചില നിയന്ത്രണങ്ങൾ സർക്കാർ എടുത്തു കളഞ്ഞു. 1999 ൽ 39 ബില്യൺ ഡോളറിന്റെ വിദേശ പ്രത്യക്ഷ നിക്ഷേപം ചൈന സ്വീകരിച്ചു. വിദേശനിക്ഷേപമുള്ള കമ്പനികളാണ് ചൈനയുടെ കയറ്റുമതി ഉൽപ്പന്നങ്ങളിൽ 45 ശതമാനവും ഉൽപ്പാദിപ്പി ക്കുന്നത്. 2005 ൽ ചൈനയുടെ വിദേശനാണ്യശേഖരം 800 ബില്യൺ ഡോളറായി ഉയർന്നു. 2006 ൽ ഏറ്റവും കൂടുതൽ വിദേശനാണ്യ ശേഖര മുള്ള രാജ്യമായി ചൈന മാറി.

ഇങ്ങനെ കണ്ണഞ്ചിക്കുന്ന നേട്ടങ്ങൾ സാമ്പത്തിക പരിഷ്കാ ര ത്തിന്റെ ഫലമായി നേടിയെടുക്കാൻ ചൈനക്കായിട്ടുണ്ടെങ്കിലും വരുമാനത്തിലെ അന്തരം വികസിക്കൽ, തൊഴിലില്ലായ്മ, ഗ്രാമ നഗര വളർച്ചയിലെ അസന്തുലിതാവസ്ഥ, അഴിമതി തുടങ്ങിയ ഒട്ടനവധി പ്രശ്നങ്ങൾ ചൈനീസ് സമ്പദ് വ്യവസ്ഥക്ക് നേരിടേണ്ടി വരുന്നുണ്ട്. ഒരു

കാലത്ത് എല്ലാം പൊതുമേഖലയിലായിരുന്നുവെങ്കിൽ ഇന്ന് ചെറുകിട സമ്പത്തുൽപ്പാദനവും സ്വകാര്യ വ്യവസായങ്ങളുമൊക്കെ ചൈന യിലുണ്ട്. ഇത് സോഷ്യലിസത്തിൽ നിന്നുള്ള തിരിച്ചുപോക്കാണെന്നും ചൈനയിൽ മുതലാളിത്ത പുന:സ്ഥാപനം നടന്നിരിക്കയായണെന്നുമുള്ള ആക്ഷേപവും വ്യാപകമായി ഉയർന്നു വരുന്നുണ്ട്.

ചൈനിസ് സമ്പദ്വ്യവസ്ഥക്കു കീഴിൽ കമ്യൂണിസ്റ്റ്പാർട്ടിയുടെ അംഗീകാരത്തോടും മേൽനോട്ടത്തിനുകീഴിലും വളർന്നുവരുന്ന ഈ മുതലാളിത്ത ഉൽപ്പാദനബന്ധങ്ങൾ തൊഴിലാളിവർഗ ഭരണകൂടത്തെ അട്ടിമറിക്കാവുന്ന വിധം വളരുമോ? മൂർഛിച്ചു വരുന്ന അസമത്വങ്ങളെ സംബന്ധിച്ച് ചൈനീസ് കമ്യൂണിസ്റ്റ് പാർട്ടിക്ക് വ്യക്തമായ ധാരണയുണ്ട്. 1985ൽ ദെംഗ് സിയാവോ പിങ് പറഞ്ഞതിങ്ങനെയാണ്: "ധ്രുവീകരണം (സാമ്പത്തിക അസമത്വങ്ങൾ പെരുകുന്നത് എന്ന് വിവക്ഷ) സംഭവിക്ക രുതെന്ന ആവശ്യകത കണക്കിലെടുത്ത് നമ്മുടെ നയങ്ങൾ ആവിഷ്കരി ക്കുകയും നടപ്പിലാക്കുകയും ചെയ്യവെ ഈ പ്രശ്നത്തെക്കുറിച്ച് ഞങ്ങൾ വളരെയേറെ പര്യാലോചിക്കുകയുണ്ടായി. ധ്രുവീകരണമുണ്ടായാൽ പരിഷ്കരണം പരാജയമടയും ഒരു പുതിയ ബൂർഷ്വാസി ആവിർഭവി ക്കുന്നതിന് സാധ്യതയുണ്ടോ? ഒരുപിടി ബൂർഷ്വാ ഘടകങ്ങൾ പ്രത്യക്ഷ പ്പെട്ടേക്കാം; എന്നാൽ അവർ ഒരു വർഗമാവുകയില്ല. ചുരുക്കിപ്പറഞ്ഞാൽ നമ്മുടെ പരിഷ്കരണത്തിൽ പൊതുഉടമസ്ഥതയെ പ്രബലസ്ഥാനത്ത് നിലനിർത്തുകയും ധ്രുവീകരണത്തിനെതിരെ ജാഗ്രത പുലർത്തുകയും ചെയ്യണം. ഈ നയസമീപനത്തോടെയാണ് നാം നീങ്ങുന്നത്. അതായത് നാം സോഷ്യലിസത്തോട് പ്രതിബദ്ധരാണ്.."

ചൈനയുടെ ഭരണനേതൃത്വം കമ്യൂണിസ്റ്റ് പാർട്ടിയുടെ കൈകളി ലായിരിക്കുന്നേടത്തോളം കാലം സാമ്പത്തിക രംഗത്ത് ചൈനക്കുണ്ടാ ക്കുവാൻ കഴിയുന്ന ഏതൊരു നേട്ടവും, അത് സാമ്രാജത്വ മൂലധനത്തെ ഉപയോഗപ്പെടുത്തിക്കൊണ്ടാണെങ്കിൽപോലും, ആഗോളവൽക്കരണ ശക്തികൾക്കും സാമ്രാജ്യത്വത്തിനും തിരിച്ചടി തന്നെയാണ്. ചൈനയുടെ സാമ്പത്തികരംഗത്തെ വളർച്ച ഈ നൂറ്റാണ്ടിന്റെ പകുതിയിലെത്തു മ്പോഴേക്കും അമേരിക്കയെ മറികടക്കുമെന്നു സാമ്രാജ്യത്വ ശക്തികൾ ഭയപ്പെടുന്നുണ്ട്. അതിനെ ചെറുക്കുന്നതിനുവേണ്ടി ഇന്ത്യയടക്കമുള്ള രാജ്യങ്ങളെ കൂട്ടിയോജിപ്പിച്ചു മുന്നോട്ടു പോകാനാണ് അമേരിക്കയുടെ നേതൃത്വത്തിലുള്ള സാമ്രാജ്യത്വ ശക്തികൾ ശ്രമിച്ചുകൊണ്ടിരിക്കുന്നത്.

കമ്യൂണിസ്റ്റ് പാർട്ടിയുടെ ഭരണത്തിൻ കീഴിലുള്ള ചൈന, മാർക്സി സവും മൗ ചിന്തയും വഴികാട്ടിയായിരിക്കുമെന്ന് പ്രഖ്യാപിക്കുന്ന ചൈന, സാമ്രാജ്യത്വ മൂലധനത്തെ ഉപയോഗിച്ചുണ്ടാക്കുന്ന ഉൽപ്പാദനരംഗത്തെ വളർച്ച ആത്യന്തികമായി സാമ്രാജ്യത്വ ആഗോളവൽക്കരണ ശക്തിക ൾക്ക് വെല്ലുവിളിതന്നെയാണ്. എന്നാൽ, ഇത് കാണാതെ ചൈനയിൽ ആഭ്യന്തരമായി നിയന്ത്രണങ്ങളോടെ സ്വകാര്യ മൂലധനത്തിന് പ്രവർത്ത

നാനുമതി നൽകിയതോടെ ചൈന ഒരു മുതലാളിത്തരാജ്യമായി മാറിക്ക
ഴിഞ്ഞിരിക്കുന്നുവെന്ന് ആക്ഷേപിക്കാനും ചൈനീസ് കമ്യൂണിസ്റ്റ് പാർട്ടി
യുടെ നേട്ടങ്ങളെ ഇകഴ്ത്തിക്കാണിക്കാനുമാണ് ചിലർ ശ്രമിക്കുന്നത്.

സോഷ്യലിസത്തിലേക്കുള്ള ചൈനീസ്പാത വെട്ടിത്തെളിക്കേണ്ടത്
അവിടത്തെ കമ്യൂണിസ്റ്റ്പാർട്ടിയാണ്. കാരണം ചൈനയിലെ മൂർത്തമായ
സാഹചര്യങ്ങൾ മൂർത്തമായി വിലയിരുത്താനാവുക അവർക്കു മാത്ര
മാണല്ലോ.

15

112-ാം ഖണ്ഡികയും നയരേഖയും

112-ാം ഖണ്ഡികയുടെ പ്രായോഗികാനുഭവങ്ങൾ 12-ഉം 15-ഉം പാർട്ടി കോൺഗ്രസ്സുകളിൽ ചർച്ച ചെയ്യാനിടവന്ന കാര്യം നേരത്തെ സൂചി പ്പിച്ചതാണ്. എന്നാൽ ആഗോളവൽക്കരണത്തിന്റെ ഭാഗമായ പുത്തൻ സാമ്പത്തികനയം നടപ്പിലാക്കാൻ ഇന്ത്യാഗവൺമെന്റ് തയ്യാറായതോടെ വിദേശമൂലധനവുമായും ലോകബാങ്ക്, ഏഷ്യൻ വികസനബാങ്ക് എന്നിവയുമായും ബന്ധപ്പെടുന്ന പുതിയ വിഷയങ്ങൾ ഉയർന്നു വന്നു. വിദേശമൂലധനം സമം സാമ്രാജ്യത്വം എന്ന ലളിതവൽക്കരണത്തിലൂടെ അതുമായി കൂട്ടിത്തൊടുന്നതുതന്നെ വിപ്ലവവിരുദ്ധം എന്ന ചിന്താഗതി ഒരു വശത്തും, ആഗോളവൽക്കരണകാലത്ത് ഇതല്ലാതെ മറ്റു മാർഗമില്ല എന്ന ചിന്താഗതി മറുഭാഗത്തും വളർന്നുവരാൻ തുടങ്ങി. ഇതിന്റെ അലകൾ വ്യത്യസ്ത രൂപഭാവങ്ങളിൽ സി പി ഐ (എം)ന് അകത്തും പ്രതിഫലിച്ചു. എന്നാൽ ഈ വിഷയത്തിലും വലത് ഇടത് വ്യതിയാന ങ്ങൾക്കിരയാവാതെ ശരിയായ മാർക്സിസ്റ്റ് - ലെനിനിസ്റ്റ് കാഴ്ചപ്പാട് ഉയർത്തിപ്പിടിക്കുവാൻ സി പി ഐ (എം) ന് കഴിഞ്ഞു. അതാണ് 18-ാം പാർട്ടി കോൺഗ്രസ് അംഗീകരിച്ച *ചില നയപ്രശ്നങ്ങളെപ്പറ്റി* എന്ന രേഖയുടെ പ്രാധാന്യം.

ആഗോളവൽക്കരണ പ്രക്രിയയെ സമഗ്രമായി വിലയിരുത്തുന്നതിന് പകരം ഒറ്റ തിരിച്ചു പരിശോധിക്കുന്ന വീഴ്ച പല പണ്ഡിതന്മാർക്കും സംഭവിക്കാറുണ്ട്. ആഗോളവൽക്കരണനയങ്ങളുടെ അനന്തരഫല മായുണ്ടാകുന്ന സാമൂഹിക- സാമ്പത്തിക- സാംസ്കാരിക വിഷയങ്ങൾ അപഗ്രഥിക്കുമ്പോഴാണ് ഈ വീഴ്ച പ്രധാനമായും സംഭവിക്കാറുള്ളത്.

അത് സംഭവിക്കാതിരിക്കുന്നതിന് "മുതലാളിത്ത വികസനത്തിന്റെ സമകാലികഘട്ടമായ ആഗോളവൽക്കരണ പ്രക്രിയയെ മൊത്തത്തിൽ വിലയിരുത്തേണ്ടതുണ്ട്" എന്ന മുന്നറിയിപ്പ് ആദ്യം തന്നെ രേഖ നൽകി. തുടർന്ന് ആഗോളവൽക്കരണ പ്രക്രിയയുടെ മൂന്ന് സവിശേഷതകളേയും കൃത്യമായി രേഖ അപഗ്രഥിച്ചു:

"ഒന്നാമതായി ആഗോളവൽക്കരണത്തോടൊപ്പം വളർന്നു കൊണ്ടി രിക്കുന്ന ശാസ്ത്ര- സങ്കേതിക മുന്നേറ്റങ്ങൾ ജനങ്ങളുടെ ക്ഷേമത്തി നായല്ല മറിച്ച് വൻകൊള്ളലാഭമുണ്ടാക്കുന്നതിനായാണ് ഉപയോഗിക്കു ന്നത്." അതിന്റെ ഫലമായി "ദിനംപ്രതിയെന്നോണം ജോലി സുരക്ഷയും സേവന വ്യവസ്ഥകളും ഇല്ലാതായിക്കൊണ്ടിരിക്കുന്നു. സ്ഥിരതൊഴിലിനു പകരം കാഷ്വൽ – കരാർ തൊഴിൽ സമ്പ്രദായം ശക്തിപ്പെടുകയാണ്." എന്ന് വിലയിരുത്തി ആഗോളവൽക്കരണത്തിന്റെ ഈ ഘട്ടത്തിൽ അസമ ത്വങ്ങൾ കുത്തനെ കൂടുകയാണ് എന്നും ലോകത്തിലെ ഒരു വലിയ വിഭാഗം ജനങ്ങൾ വൻദാരിദ്ര്യത്തിൽ അകപ്പെട്ടു കിടക്കുമ്പോൾ ആഗോള സമ്പദ്‌വ്യവസ്ഥ ഉൽപ്പാദിപ്പിക്കുന്ന ഉൽപ്പന്നങ്ങൾ വാങ്ങാനുള്ള ഉപഭോക് താക്കളുടെ കഴിവ് ചുരുങ്ങി വരുന്നതായും വിലയിരുത്തി. ഇതിന്റെയെല്ലാം അടിസ്ഥാനത്തിൽ നിലനിൽക്കത്തക്കതല്ലാത്ത ഒരു ചൂഷണക്രമമാണ് ആഗോളവൽക്കരണപ്രക്രിയയെന്ന് മൂന്നാമതായി സ്ഥാപിക്കുന്നു. തുട ർന്ന് ആഗോളവൽക്കരണത്തിന് ബദലായ ഒരേ ഒരു വ്യവസ്ഥ സോഷ്യ ലിസം മാത്രമാണെന്ന് അർഥശങ്കക്കിടയില്ലാത്ത വിധം അടിവരയിടുകയും ചെയ്യുന്നു.

ആഗോളവൽക്കരണ പ്രക്രിയയിൽ ഇടപെടൽ നടത്തിക്കൊണ്ടു മാത്രമെ അതിനെ മാറ്റിമറിക്കാനാവൂ എന്ന ഏറ്റവും ശരിയായ കാഴ്ച പ്പാടാണ് തുടർന്ന് പ്രമേയം മുന്നോട്ടുവെക്കുന്നത്:

നിലവിലുള്ള വ്യവസ്ഥയെ വിപ്ലവകരമായി മാറ്റിമറിക്കുക എന്ന അടിസ്ഥാനത്തിലായിരിക്കണം ഒരു ബദൽ സോഷ്യലിസ്റ്റ്ക്രമ ത്തിനു വേണ്ടിയുള്ള പോരാട്ടം നടത്തേണ്ടത്. ഇതിനായി വിപ്ലവ ശക്തികൾ നിലവിലുള്ള ലോകയാഥാർഥ്യങ്ങളിൽ ഇടപെട്ട് പ്രതികരിക്കേണ്ടതുണ്ട്. ഇതിന്റെ ഒരേയൊരു ലക്ഷ്യം സോഷ്യ ലിസത്തിന് അനുകൂലമായി ശാക്തിക ബലാബലത്തിൽ മാറ്റം വരുത്തുക എന്നതാണ്. ഇത്തരത്തിൽ ഇടപെട്ടുകൊണ്ടുള്ള പ്രതികരണത്തിന്റെ അടിസ്ഥാനത്തിലായിരിക്കണം വിപ്ലവകര മായ മാറ്റത്തിനുള്ള പ്രക്രിയ നടക്കേണ്ടത്. മറിച്ച് നിലവിലുള്ള യാഥാർഥ്യങ്ങളിൽ നിന്ന് ഒളിച്ചോടാമെന്ന ചിന്തകളിലല്ല. ലോക തൊഴിലാളി വർഗത്തിന്റെ നേതൃത്വത്തിലുള്ള എല്ലാ വിപ്ലവക രമായ പ്രസ്ഥാനങ്ങളുടേയും ചരിത്രമാകെ സോഷ്യലിസത്തിന്റെ ബദൽ സ്ഥാപിച്ചെടുക്കുന്നതിന് ആവശ്യമായ ഭൗതികശക്തികളെ

രൂപപ്പെടുത്തുന്നതിനു വേണ്ടി നിലവിലുള്ള യാഥാർഥ്യങ്ങളിൽ ഇടപെട്ട് പ്രതികരിച്ചതിന്റേതാണ്.

മുതലാളിത്തത്തിന്റെ വളർച്ചയൊടൊപ്പം അതിന്റെ ചൂഷണത്തിന് വിധേയമായിക്കൊണ്ടാണ് തൊഴിലാളിവർഗം വളരുന്നത്. ചൂഷണത്തിനു വിധേയമാകുന്നുണ്ടെന്ന് അറിഞ്ഞുകൊണ്ടുതന്നെ അതിന് വിധേയമായി നിന്നുകൊണ്ടാണ് തൊഴിലാളിവർഗം മുതലാളിത്തത്തിനെതിരെ പോരാടുന്നത്. ആഗോളവൽക്കരണത്തെ സോഷ്യലിസംകൊണ്ടു പകരം വയ്ക്കുന്നതിനുവേണ്ടി പൊരുതുന്നവരെ സംബന്ധിച്ചിടത്തോളം ഇത് ശരിയാണ്.

18-ാം കോൺഗ്രസ്സ് അംഗീകരിച്ച *ചില നയപരമായ പ്രശ്നങ്ങൾ* എന്ന രേഖയിൽ ആഗോളവൽക്കരണത്തിനോട് ഇടപെട്ട് പ്രതികരിക്കുക എന്ന പ്രയോഗമാണ് നടത്തിയിരിക്കുന്നത്. ഇതിന് രണ്ടു വശങ്ങളുണ്ട്. അതിൽ ഒന്നാമത്തെത് പ്രതികരിക്കൽ തന്നെയാണ്. ആഗോളവൽക്കര ണനയങ്ങൾക്കെതിരെ സോഷ്യലിസ്റ്റ്ബദൽ ഉയർത്തിപ്പിടിച്ചുകൊ ണ്ടുള്ള പോരാട്ടവും പ്രചാരണ പ്രക്ഷോഭവുമെന്നാണ് പ്രതികരണം എന്നതു കൊണ്ട് നയരേഖ ഉദ്ദേശിക്കുന്നത്. രണ്ടാമത്തേതാവട്ടെ ഇട പെടലാണ്. ആഗോളവൽക്കരണവിരുദ്ധ പോരാട്ടത്തിൽ കൂടുതൽ കൂടുതൽ ജനങ്ങളെ അണിനിരത്താവുന്ന വിധത്തിൽ, ശാക്തിക ബലാ ബലത്തിൽ മാറ്റം വരുത്താവുന്ന വിധത്തിൽ, ഇന്നുള്ള സാധ്യതകളെ പ്രയോജന പ്പെടുത്തിക്കൊണ്ട് ഭാഗികമായിട്ടെങ്കിലും ജനങ്ങളുടെ ആവശ്യങ്ങൾ നിർവ്വഹിക്കാൻ വേണ്ടി നടത്തുന്ന പ്രവർത്തനമാണ് ഇടപെടൽ എന്നതു കൊണ്ട് ഉദ്ദേശിക്കുന്നത്.

ഈ ശരിയായ നിലപാടിൽ നിന്നുകൊണ്ട് വിദേശമൂലധന ശ ക്തികളുമായി ഇടപെടുന്ന കാര്യത്തിൽ കമ്യൂണിസ്റ്റുകാർ അനുവർ ത്തിക്കേണ്ട സമീപനം വികസിപ്പിക്കുകയാണ് രേഖ തുടർന്ന് ചെയ്യുന്നത്. മൂലധന ഒഴുക്കിനുള്ള എല്ലാ നിയന്ത്രണങ്ങളും എടുത്തു കളഞ്ഞ് കൊള്ളയടിയിലൂടെ വൻലാഭം നേടുക എന്നതാണ് ആഗോളവൽക്കരണ ത്തിന്റെ സമകാലിക ഘട്ടത്തിന്റെ പ്രധാന സവിശേഷത. ഈ അവസ്ഥ യിൽ ആഗോളവൽക്കരണം ദേശീയ സാമ്പത്തിക സ്വാതന്ത്ര്യത്തിനെ അട്ടിമറിക്കാനോ അല്ലെങ്കിൽ കുറച്ചുകാണിക്കാനോ ശ്രമിക്കുമെന്നും അപ്പോൾ പരമാധികാരം സംരക്ഷിക്കുവാനും ശക്തിപ്പെടുത്തുവാനുമാ യിരിക്കണം കമ്യൂണിസ്റ്റുകാർ ശ്രമിക്കേണ്ടതെന്നും രേഖ ഓർമ്മപ്പെടു ത്തുന്നു. ഇതിന്റെ അടിസ്ഥാനത്തിലാണ് ജനകീയ ജനാധിപത്യ ഘട്ടത്തിൽ ഉൽപ്പാദനശേഷി വർദ്ധിപ്പിക്കുവാനും ആധുനിക സാങ്കേതിക വിദ്യ നേടുവാനും തെരഞ്ഞെടുത്ത മേഖലകളിൽ വിദേശനിക്ഷേപം അനുവദിക്കാമെന്നും മൊത്തം സാമ്പത്തിക വ്യവസ്ഥയുടെ താൽപ്പര്യ ത്തിനനുസരിച്ച് അന്താരാഷ്ട്രമൂലധനത്തിന്റെ ഒഴുക്ക് നിയന്ത്രിക്കണ

മെന്നും കലോചിതമാക്കിയ പാർട്ടി പരിപാടി പറഞ്ഞത്. എന്നാൽ ഈ ഘട്ടമെത്തുന്നതിനിടയിൽ ഇടക്കാലഘട്ടത്തിലേയ്ക്ക് സ്വീകരിക്കേണ്ട നിലപാടുകളും മുദ്രാവാക്യങ്ങളുമെന്ത് എന്ന കാര്യത്തിലും ശരിയായ ധാരണ രേഖ ഉണ്ടാക്കുന്നുണ്ട്.

വിദേശമൂലധനം നമ്മുടെ സമ്പദ്‌വ്യവസ്ഥയിലെ നിലവിലുള്ള ഉൽപ്പാദനശേഷി വർധിപ്പിക്കുന്നതിനായിരിക്കണം ഉപയോഗിക്കേണ്ടത്. ഇന്ത്യൻ സമ്പദ്‌വ്യവസ്ഥയെ സാങ്കേതികമായി മെച്ചപ്പെടുത്തുന്നതായിരിക്കണം അത്. ഇത്തരം മൂലധനം പുതിയതൊഴിലവസരങ്ങൾ സൃഷ്ടിക്കുന്നതായിരിക്കണം. പ്രകൃതിവിഭവങ്ങളും തൊഴിലും ചൂഷണം ചെയ്ത് അതിലാഭം കൊയ്യുന്നതിന് വിദേശ മൂലധനശക്തികൾ ശ്രമിക്കുമ്പോൾ ഉപാധികൾ നടപ്പിലാക്കുന്നതിനുള്ള പോരാട്ടം നടത്തി ദേശീയപരമാധികാരം ദുർബലമാക്കുന്നതിനെ ഫലപ്രദമായി ചെറുക്കാനും അതുവഴി ഇന്ത്യൻ സമ്പദ്‌വ്യവസ്ഥയ്ക്കും ജനങ്ങൾക്കും ചില നേട്ടങ്ങളുണ്ടാക്കാനും കഴിയും.

തന്ത്രപ്രധാന മേഖലകളിലുള്ള, വൻലാഭമുണ്ടാക്കുന്ന നവരത്ന ങ്ങൾ എന്നറിയപ്പെടുന്ന പൊതുമേഖലാസ്ഥാപനങ്ങൾ, ലാഭകരമായ ഇടത്തരം പൊതുമേഖലാ സ്ഥാപനങ്ങൾ, നഷ്ടം വരുത്തുന്നവയെങ്കിലും പുനരുദ്ധാരണക്ഷമമായ യൂണിറ്റുകൾ, പുനരുദ്ധാരണക്ഷമതയില്ലാ ത്തതും നഷ്ടത്തിൽ പ്രവർത്തിക്കുന്നതുമായ യൂണിറ്റുകൾ എന്നി ങ്ങനെ നാലുതരം പൊതുമേഖലാ വ്യവസായ സ്ഥാപനങ്ങളാണ് ഇന്ത്യ യിലുള്ളത്. നഷ്ടത്തിലായ സ്വകാര്യമേഖലാ സ്ഥാപനങ്ങൾ ഏറ്റെടു ത്തതിന്റെ ഫലമായുണ്ടായവയും ഇതിലുണ്ട്. ഇതിൽ ആദ്യം പറഞ്ഞവ രണ്ടും പൊതുമേഖലയിൽത്തന്നെ തുടരണം. മൂന്നും നാലും വിഭാഗത്തിൽ പ്പെട്ടവയെ പുനരുദ്ധരിക്കുന്നതിനുള്ള എല്ലാശ്രമങ്ങളും നടത്തണം. ഈ ശ്രമം വിജയിച്ചില്ലെങ്കിൽ അന്തിമഘട്ടമെന്നനിലയിൽ നാലാമതുപറഞ്ഞ വിഭാഗത്തെ സംയുക്ത സംരംഭമാക്കുകയോ അടച്ചുപൂട്ടുകയോ ചെയ്യാം. അങ്ങനെ ചെയ്യുമ്പോൾ തൊഴിലാളികളുടെ താൽപര്യ സംരക്ഷണത്തി നനുയോജ്യമായ നിലപാടാണ് പാർട്ടി എടുക്കേണ്ടത്.

ഇന്ത്യൻ ഭരണഘടനയനുസരിച്ച് പ്രധാന സാമ്പത്തിക– വ്യവസാ യനയങ്ങൾക്ക് രൂപം നൽകുന്നത് കേന്ദ്രഗവൺമെന്റാണ്. ബദൽനയങ്ങൾ നടപ്പാക്കുന്നതിന് സംസ്ഥാന ഗവൺമെന്റുകൾക്ക് സ്വയംഭരണാവകാ ശമില്ല. അതിനാൽ നമ്മുടെ അടിസ്ഥാനനയങ്ങൾക്കും താൽപര്യങ്ങൾ ക്കും എതിരായ ഉപാധികൾ ഇല്ലാത്ത വികസനപദ്ധതികൾക്ക് സഹായം സ്വീകരിക്കാം. വായ്പ വാങ്ങുന്നതിന് ഘടനാപരമായ പരിഷ്കരണ പദ്ധതി നമ്മുടെ സംസ്ഥാന ഗവൺമെന്റുകൾ ഉപാധിയായി അംഗീകരി ക്കരുത്. സാമ്പത്തികനയരൂപീകരണത്തിൽ നമ്മുടെ ഗവൺമെന്റുകൾ ക്കുള്ള പരിമിതമായ സ്വയംഭരണത്തിൽ സന്ധിചെയ്യാതെ ജനങ്ങൾക്ക് അൽപമെങ്കിലും ആശ്വാസം നൽകാനും സാമ്പത്തികവികാസം

സാധ്യമാക്കാനും ഉതകുമോ എന്നതിന്റെ അടിസ്ഥാനത്തിലായിരിക്കണം വിദേശ ഏജൻസികളിൽ നിന്ന് ഫണ്ട് സ്വീകരിക്കേണ്ടത്.

ഫണ്ടിംഗ് ഏജൻസികളുമായുള്ള ഇടപെടൽ, ജനകീയ ശാസ്ത്ര പ്രസ്ഥാനത്തിന്റെ പ്രവർത്തനം, സ്വയംസഹായ ഗ്രൂപ്പുകൾ എന്നീ വിഷയങ്ങളൊക്കെ വിശദമായി പരിശോധിക്കാനും ശാസ്ത്രീയമായ നിലപാടുകൾ സ്വീകരിക്കാനും രേഖക്ക് കഴിഞ്ഞു. മൂർത്തമായ സാഹ ചര്യത്തെ മൂർത്തമായി വിലയിരുത്തി ശരിയായ നിലപാട് സ്വീകരി ക്കുകയാണ് സി പി ഐ (എം) ചെയ്തത്.

16

112. സാധ്യതയും പരിമിതിയും

ഒരു കേരളീയാനുഭവം

പാർട്ടി പരിപാടിയിലെ 112-ാം ഖണ്ഡികയിൽ സംസ്ഥാന ഗവൺ മെന്റിൽ പങ്കാളികളാകുന്നതിനെകുറിച്ച് പറയുന്നിടത്ത് ആ അധികാര പങ്കാളിത്തത്തിന്റെ പരിമിതിയേയും സാധ്യതയേയുംകുറിച്ച് വ്യക്ത മാക്കിയിട്ടുണ്ട്. ഇതിനെ രണ്ടിനെയും ബോധ്യപ്പെടുത്തുന്ന ഒരു വിവാദവും ഒരു പ്രായോഗികാനുഭവവും കേരളത്തിലെ ഇടതുപക്ഷ ജനാധിപത്യ മുന്നണി ഭരണവുമായി ബന്ധപ്പെട്ട് ഉയർന്നു വന്നിരുന്നു. ഇതിൽ112-ാം ഖണ്ഡികയുടെ സാധ്യതയെ സംബന്ധിച്ച പ്രായോഗി കാനുഭവമാണ് ജനകീയാസൂത്രണമെങ്കിൽ പരിമിതിയെ അംഗീക രിക്കാതിരിക്കുന്ന സാങ്കൽപിക ധാരണയാണ് നാലാം ലോകവാദം.

ജനകീയാസൂത്രണ പ്രവർത്തനം നടത്തിക്കൊണ്ടിരിക്കെത്തന്നെ ഈ കാര്യത്തെ സംബന്ധിച്ച് ഉയർന്നുവന്ന ഒരു ചോദ്യത്തിന് ഇ എം എസ് *ചിന്ത* വാരികയിലൂടെ മറുപടി നൽകിയിരുന്നു.

ചോദ്യം ഇതായിരുന്നു. "ഇന്ത്യൻ ഭരണകൂടത്തിന്റെ വർഗസ്വഭാവ ത്തെക്കുറിച്ച് നമ്മുടെ പാർട്ടിക്ക് വ്യക്തവും ശാസ്ത്രീയവുമായ കാഴ്ചപ്പാടുണ്ട്.ഒരു മുതലാളിത്ത സമ്പദ്ഘടനയും അതുമായി ബന്ധ പ്പെടുന്ന മററു നിയമങ്ങളും അനുസരിച്ച് ചലിക്കുന്ന ഒരു കേന്ദ്രഭരണ കൂടവും അതിന്റെ കീഴിൽ സംസ്ഥാന സർക്കാരുകളും നിലനിൽക്കുന്ന ഒരു ചട്ടക്കൂടാണല്ലൊ ഇവിടെയുള്ളത് . ബൂർഷ്വ – ഭൂപ്രഭു വർഗത്താൽ (കുത്തക മുതലാളിവർഗമടക്കം) നിയന്ത്രിക്കപ്പെടുന്ന ഒരു രാഷ്ട്രീയ ഘടനയുടെ കീഴിൽ ജനകീയാസൂത്രണ പദ്ധതിയുടെ ലക്ഷ്യം കൈവ രിക്കാനാകുമോ? മാർക്സിസം ഉയർത്തിപ്പിടിക്കുന്ന വികസനത്തിന്റെ കാഴ്ചപ്പാടിൽ നിന്ന് ജനകീയാസൂത്രണ പദ്ധതി വളരെ അകലെയല്ലേ?"

ഈ ചോദ്യത്തിന് ഇ എം എസ് നൽകിയ മറുപടി താഴെ കൊടു ക്കുന്നു:

മാർക്സിസം-ലെനിനിസത്തിന്റെ അടിസ്ഥാനം വർഗസമര മാണല്ലോ. ചൂഷകവർഗങ്ങൾക്കെതിരെ ചൂഷിതവർഗങ്ങൾ സം ഘടിതമായി പോരാടുമ്പോൾ സ്ഥലകാലഭേദമനുസരിച്ച് വ്യത്യ സ്തമായ അടവുകളും തന്ത്രങ്ങൾപോലും അംഗീകരിക്കേണ്ടതു ണ്ട്. അങ്ങനെയാണ് കഴിഞ്ഞ ഒന്നര നൂറ്റാണ്ടുകാലത്ത് ലോക ത്തെങ്ങും തൊഴിലാളിവർഗം മുന്നേറിയത്.

മുതലാളിത്ത സമ്പദ്ഘടനയും അതുമായി ബന്ധപ്പെടുന്ന നിയമ ങ്ങളുമനുസരിച്ച് ചലിക്കുന്ന ഒന്നാണ് ഭരണകൂടമെന്ന് ചോദ്യകർ ത്താവ് പറയുന്നുണ്ടല്ലോ? അത് ശരിയുമാണ്. പക്ഷെ അതിനർഥം ഈ ഭരണകൂടം തകരുന്നതുവരെ ചൂഷിതവർഗത്തിന് യാതൊരു നേട്ടവും ഉണ്ടാക്കാൻ കഴിയുകയില്ലെന്നല്ല. എന്തുകൊണ്ടെന്നാൽ, ചൂഷകവർഗമെന്ന പോലെ ചൂഷിതവർഗവുമുള്ള ഒരു ഭരണസംവി ധാനം രൂപപ്പെടുത്താൻ ചൂഷകവർഗങ്ങൾ തന്നെ നിർബന്ധിക്ക പ്പെടുന്നു.

അതിന്റെ ഉദാഹരണമാണ് 1957 തൊട്ട് അഞ്ചു തവണ കേരള ത്തിൽ കമ്യൂണിസ്റ്റുകാർക്ക് നേതൃത്വമുള്ള ഗവൺമെന്റുകൾ നിലവിൽ വന്നത്.

ഇപ്പോഴാകട്ടെ, കേരളത്തിലുള്ള 900 ൽ ഏറെ ഗ്രാമപഞ്ചായത്തു കൾ, 60ൽ താഴെ നഗരസഭകൾ, ബ്ലോക്ക് പഞ്ചായത്തുകളും, ജില്ലാ പഞ്ചായത്തുകളും എന്നിവയിൽ ഭൂരിപക്ഷം ഇടതുപക്ഷ ജനാധിപത്യ മുന്നണിയുടെ നിയന്ത്രണത്തിലാണ്. ഈ പ്രാദേ ശിക സ്ഥാപനങ്ങൾക്ക് ഇതുവരെ ഉണ്ടായതിനേക്കാൾ വിപുല മായ അധികാരങ്ങൾ നൽകിയിട്ടുമുണ്ട്.

1957 തൊട്ട് സംസ്ഥാനതലത്തിൽ കിട്ടിയ അധികാരം ജനക്ഷേമക രമായി ഉപയോഗിച്ചിട്ടുണ്ടെന്ന് ചോദ്യകർത്താവ് സമ്മതിക്കുമെന്ന് തോന്നുന്നു. രാജ്യവ്യാപകമായി ബൂർഷ്വാ ഭരണമവസാനിക്കു ന്നതുവരെ കേരളത്തിലെ ഇടതുപക്ഷ ഗവൺമെന്റ് യാതൊന്നും ചെയ്യേണ്ടതില്ലെന്ന് അദ്ദേഹം നിർദ്ദേശിക്കുകയില്ലല്ലോ? എങ്കിൽ പഞ്ചായത്തുകളും നഗരസഭകളും ജനകീയാസൂത്രണ പരിപാടി നടപ്പിലാക്കുന്നതിനെക്കുറിച്ച് അദ്ദേഹത്തിന് സംശയങ്ങളു ളവാകാനെന്താണ് കാരണം?

കേരളത്തിലെ ഇടതുപക്ഷ ജനാധിപത്യമുന്നണി ഗവൺമെന്റിന്റെ പ്രവർത്തനങ്ങളിലൊന്നായ ജനകീയാസൂത്രണംവഴി നമ്മുടെ പ്രശ്നങ്ങളെല്ലാം പരിഹരിക്കാമെന്ന വ്യാമോഹം പാർട്ടിക്കില്ല.

അതുകൊണ്ടാണ് ഇന്നത്തെ സാമൂഹ്യസമ്പദ്വ്യവസ്ഥയായകെ മാറ്റി ജനകീയ ജനാധിപത്യ ഭരണകൂടം സ്ഥാപിക്കുക എന്ന ലക്ഷ്യം പാർട്ടി മുമ്പിൽ വെക്കുന്നത്.

പക്ഷെ അതിനുവേണ്ടിയുള്ള സമരത്തിൽ ഫലപ്രദങ്ങളായ ആയുധങ്ങളാണ് സംസ്ഥാനഗവൺമെന്റും പ്രാദേശിക ഭരണസ്ഥാ പനങ്ങളും അവയുടെ നേതൃത്വത്തിൽ നടക്കുന്ന ജനകീയാസൂ ത്രണം പോലുള്ള പരിപാടികളും. അവയിലൂടെ താൽക്കാലി കമായ നേട്ടങ്ങളുണ്ടാക്കാൻ കഴിയും. അതുപയോഗിച്ച് ജനകീയ ജനാധിപത്യത്തിന് വേണ്ടിയുള്ള സമരം ശക്തിപ്പെടുത്താനാണ് പാർട്ടി ശ്രമിക്കുന്നത്.

112-ാം ഖണ്ഡികയുടെ അന്ത:സത്ത ഗ്രാമപഞ്ചായത്തുകളിലും നടപ്പിലാക്കുന്നതിന്റെ താത്വികവശം ലളിതമായി വിവരിക്കുകയാണ് ഇ എം എസ് ഇവിടെ ചെയ്തത്. ജനകീയാസൂത്രണം വഴി പ്രശ്നങ്ങളെല്ലാം പരിഹരിക്കാമെന്ന വ്യാമോഹത്തെ തള്ളിക്കളയുകയും അതോടൊപ്പം തന്നെ അതിൽക്കൂടെ ഉണ്ടാക്കിയെടുക്കാൻ കഴിയുന്ന താൽക്കാലിക നേട്ടങ്ങളിലൂടെ ജനകീയജനാധിപത്യത്തിനു വേണ്ടിയുള്ള സമരം ശക്തിപ്പെടുത്താനാവുമെന്ന് വ്യക്തമാക്കുകയുമാണ് ഇ എം എസ് ചെയ്തത്.

ഇതു പറയുമ്പോൾ തന്നെ ജനകീയാസൂത്രണം നടപ്പിലാക്കുമ്പോ ൾ പറ്റാനിടയുള്ള രണ്ട് പാളിച്ചകളെ സംബന്ധിച്ച് സി പി ഐ (എം)ന് വ്യക്തമായ ധാരണയുണ്ടായിരുന്നു. വികേന്ദ്രീകൃത ആസൂത്രണത്തിന്റെ സാധ്യതകളെയും അതിൽ വർഗബഹുജന സംഘടനകളുടെ സ്ഥാന ത്തെയുംകുറിച്ച് ചർച്ച ചെയ്യുമ്പോൾ രണ്ടു തരത്തിലുള്ള പാളിച്ചകളെ ക്കുറിച്ച് നാം ജാഗ്രത പുലർത്തേണ്ടതുണ്ട്. അതിൽ ഒന്നാമത്തേത് ഇന്ന ത്തെ ചട്ടക്കൂടിനുള്ളിൽ നിന്നുകൊണ്ട് വികേന്ദ്രീകരണത്തിലൂടെ എല്ലാ പ്രശ്നങ്ങളും പരിഹരിച്ചുകളയാം എന്ന വ്യമോഹം ആണ്.

നമ്മുടെ പാർട്ടി ജനകീയജനാധിപത്യ വിപ്ലവപരിപാടിയെ അടി സ്ഥാനമാക്കി പ്രവർത്തിക്കുന്ന പാർട്ടിയാണ്. ബൂർഷ്വാ ജനാധി പത്യ കടമകൾപോലും പൂർത്തീകരിക്കുന്നതിന് വിഭവം കൂടിയേ തീരൂ. ഇതിന്റെ പശ്ചാത്തലത്തിൽ ഈ വ്യവസ്ഥക്കുള്ളിൽ നിന്ന് ചെയ്യാൻ പറ്റുന്ന കാര്യങ്ങളുടെ പരിമിതികളെക്കുറിച്ച് വ്യാമോഹം നമുക്കുണ്ടായിക്കൂടാ. പ്രത്യേകിച്ച് ആഗോളവൽക്കരണത്തിന്റെ ഈ കാലഘട്ടത്തിൽ കേരളത്തിന്റെ വികസന പ്രശ്നങ്ങളെ പ്രാദേ ശികമായി, ജനകീയമായി പരിഹരിക്കാമെന്ന വ്യാമോഹം പാർട്ടി ക്കില്ല.

അതേസമയം, ആഗോളവൽക്കരണത്തെയും പുതിയ സാമ്പത്തിക നയങ്ങളെയുമെല്ലാം എതിർത്തു തോൽപ്പിച്ചതിന് ശേഷം മാത്രമേ

കേരളത്തിലെ ജനങ്ങളുടെ നീറുന്ന പ്രശ്നങ്ങൾക്ക് എന്തെങ്കിലും സമാശ്വാസം നൽകാനാകു എന്ന നിലപാടെടുക്കാനാകില്ല. ബഹുജനങ്ങളെ അണിനിരത്തിക്കൊണ്ട് പരിമിതികൾക്കുള്ളിൽ നിന്നു തന്നെ ദൈനംദിന ജീവിതപ്രശ്നങ്ങൾക്ക് സമാശ്വാസം കണ്ടെത്തിക്കൊണ്ടു മാത്രമേ പുതിയ സാമ്പത്തികനയത്തിനും ആഗോളവൽക്കരണത്തിനും എതിരായ ചെറുത്തുനിൽപ് ശക്തിപ്പെടുത്താനാവു.

ചുരുക്കത്തിൽ എല്ലാം ചെയ്യാനാകും എന്ന വ്യാമോഹംപോലെ തന്നെ തിരസ്കരിക്കപ്പെടേണ്ട മറ്റൊരു പാളിച്ചയാണ് ഒന്നും ചെയ്യാനാവില്ല എന്ന നിരാശാബോധവും. മുതലാളിത്ത പ്രതിസന്ധി രൂക്ഷമാകുന്നു എന്ന യാഥാർഥ്യത്തോടൊപ്പം തന്നെ മുതലാളിത്തം വളരുന്നുണ്ട് എന്ന യാഥാർഥ്യം കൂടി അംഗീകരി ക്കണം. ഈ വളർച്ചയുടെ സാധ്യതകളെ സംസ്ഥാനത്തിന്റെ പൊതുവികസനത്തിൽ ഭൂരിപക്ഷം ജനങ്ങളുടെ ക്ഷേമത്തിനു തകുന്ന രീതിയിൽ എങ്ങനെ ഉപയോഗപ്പെടുത്താമെന്നത് സംബ ന്ധിച്ച് ആലോചിക്കേണ്ടിയിരിക്കുന്നു. നിലവിലുള്ള പരിമിതികൾ ക്കുള്ളിൽ നിന്നുകൊണ്ടു തന്നെ പലതും ചെയ്യാനാകും (ജനകീയാസൂത്രണവും പാർട്ടിയും)

തെരഞ്ഞെടുപ്പിൽ കൂടെ തദ്ദേശസ്വയംഭരണ സ്ഥാപനങ്ങളിലോ സംസ്ഥാനത്തോ അധികാരം കിട്ടിയാൽ അതുപയോഗപ്പെടുത്തി സോഷ്യ ലിസത്തിനും മുതലാളിത്തത്തിനും ബദലായി ഒരു നാലാംലോകം കെട്ടിപ്പടുക്കാനാവുമെന്ന നിലപാട് നാലാംലോകവാദത്തിലൂടെ ഡോ. എം പി പരമേശ്വരൻ ഉന്നയിക്കുന്നു.

'ലോകത്തിലൊരിടത്തും ഇപ്പോൾ സോഷ്യലിസമില്ല. സോഷ്യലി സത്തെക്കുറിച്ച് ആശയവ്യക്തതയുള്ള ഒരു കാഴ്ചപ്പാടുപോലും ഇന്ന് നിലവിലില്ല. അതുകൊണ്ട് നിലനിൽക്കുന്ന മുതലാളിത്ത വ്യവസ്ഥയിൽ തന്നെ തെരഞ്ഞെടുപ്പിലൂടെ കിട്ടുന്ന അധികാരമുപയോഗപ്പെടുത്തി ചില രൂപഭേദങ്ങൾ വരുത്താനും അതുവഴി ഈ വ്യവസ്ഥയെ ജനകീയവും ജനോപകാരപ്രദവുമായ ഒന്നാക്കി പരിവർത്തിപ്പിക്കാനും കഴിയും' എന്നതാണ് അദ്ദേഹത്തിന്റെ സമീപനം. സി പി ഐ (എം) ന്റെ ജനകീയ ജനാധിപത്യ വിപ്ലവത്തിനും സി പി ഐയുടെ ദേശീയ ജനാധിപത്യ വിപ്ലവത്തിനും നക്സലുകളുടെ പുത്തൻ ജനാധിപത്യ വിപ്ലവത്തിനു മുള്ള ഒരു ബദൽ ആണിത് എന്ന അവകാശവാദംപോലും അദ്ദേഹത്തി ന്റെ ഭാഗത്തു നിന്നുണ്ടായി.

ഭരണകൂടത്തിന്റെ വർഗപരമായ സ്വഭാവത്തെക്കുറിച്ചുള്ള തൊഴി ലാളിവർഗ കാഴ്ചപ്പാട് അംഗീകരിക്കാൻ തയ്യാറാവുന്നില്ല എന്നതാണ് നാലാം ലോകവാദത്തിന്റെ ഏറ്റവും വലിയ പോരായ്മ. ഏതൊരു സാമൂ ഹ്യവ്യവസ്ഥയേയും നിർവചിക്കുന്നത് അവയുടെ ഉൽപാദന

ബന്ധങ്ങളുടെ അടിസ്ഥാനത്തിലാണ്. അവയിൽ മേധാവിത്വം വഹി ക്കുന്ന വർഗങ്ങളുടെ ആധിപത്യമാണ് ഭരണത്തിലൂടെ നടപ്പിലാവുന്നത്. ഭരണത്തിന്റെ രൂപത്തിലുണ്ടാവുന്ന വ്യത്യാസങ്ങൾക്ക് വർഗപരമായ ആധിപത്യത്തിന്റെ അന്തഃസത്തയിൽ മാറ്റം വരുത്താനാവില്ല. എന്നാൽ നിർണായകമായ ഈ വസ്തുത അവഗണിച്ച് ഒരു സ്വപ്നലോകം അവതരിപ്പിക്കാനാണ് നാലാം ലോകവാദത്തിലൂടെ ഡോ. എം പി പരമേശ്വരൻ ശ്രമിച്ചത്. 112-ാം ഖണ്ഡികയിൽ പറഞ്ഞ പരിമിതികൾ അവഗണിക്കുന്നതിലൂടെ തിരുത്തൽവാദത്തിന്റെ പാരമ്യത്തിലേക്ക് നയിക്കുകയാണ് നാലാം ലോകവാദം ചെയ്യുന്നത്.

17

കേന്ദ്ര-സംസ്ഥാന ബന്ധങ്ങൾ

കമ്യൂണിസ്റ്റ്പാർട്ടിയുടെ സംസ്ഥാന ഭരണപങ്കാളിത്തത്തിന്റെ സാധ്യതകളും പരിമിതികളും 1957-ലെ മന്ത്രിസഭയിൽ നിന്നുതന്നെ ഇ എം എസിന് പഠിക്കാനായി. ഭരണഘടനയിലെ 356-ാം വകുപ്പ് മന്ത്രിസഭക്കെതിരെ പ്രയോഗിക്കപ്പെട്ടതോടെ അധികാരം കേന്ദ്രത്തിൽ കേന്ദ്രീകരിച്ചിരിക്കുന്നതിന്റെ പൂർണത ഇ എം എസിന് ബോധ്യപ്പെട്ടു.

എന്നാൽ ആ ഭരണകാലത്തു തന്നെ അധികാരവികേന്ദ്രീകരണം, ഭരണത്തിന്റെ ജനാധിപത്യവൽക്കരണം എന്നിവയിലൂന്നിയ ഒരു ബദൽ നിലപാട് വികസിപ്പിച്ചെടുക്കാനുള്ള ശ്രമം ഇ എം എസിന്റെ ഭാഗത്തു നിന്നുണ്ടായിരുന്നു. ഇ എം എസ് ചെയർമാനായി രൂപീകരിക്കപ്പെട്ട ഭരണ പരിഷ്കാര കമ്മീഷൻ റിപ്പോർട്ട്, കേന്ദ്രം നിയോഗിച്ച ബൽവന്ത്റായ് കമ്മിറ്റി, അശോക് മേത്തകമ്മിററി, സർക്കാരിയാ കമ്മീഷൻ ഇവയൊ ക്കെയുമായി ബന്ധപ്പെട്ട് ഇ എം എസ് ഈ വിഷയം ചർച്ച ചെയ്തിട്ടുണ്ട്.

മറെറല്ലാ വിഷയങ്ങളിലുമെന്നപോലെ അധികാരവികേന്ദ്രീ കരണപ്രശ്നവും ഇ എം എസ് കൈകാര്യം ചെയ്യുന്നത് വർഗപരമായ കാഴ്ചപ്പാടിലൂടെയാണ്. കേന്ദ്രീകൃതമായാലും വികേന്ദ്രീകൃതമായാലും അത് നിലവിലുള്ള സാമൂഹ്യവ്യവസ്ഥയുടെ ജന്മി ബൂർഷ്വാസ്വഭാവ ത്തിൽ അടിസ്ഥാനപരമായ യാതൊരു മാററവും വരുത്തുന്നില്ല എന്ന തിൽ അദ്ദേഹത്തിന് യാതൊരു സംശയവുമുണ്ടായിരുന്നില്ല. എന്നാൽ നിലനിൽക്കുന്ന ജന്മി -ബൂർഷ്വ വ്യവസ്ഥയെ മാററുന്നതിന് ബഹുജന ങ്ങളെ അണിനിരത്തുന്നതിനും അവർക്ക് സമാശ്വാസം നൽകുന്നതിനും കൂടുതൽ സഹായകരമായത് വികേന്ദ്രീകൃതമായ ഒരു ഭരണസംവിധാ നമായിരിക്കും എന്നതായിരുന്നു അദ്ദേഹത്തിന്റെ കാഴ്ചപ്പാട്.

പാർട്ടി പരിപാടി (1964) ഖണ്ഡിക 59 ൽ കേന്ദ്രസംസ്ഥാനബന്ധങ്ങ ളെക്കുറിച്ച് ശരിയായ നിലപാട് അവതരിപ്പിക്കപ്പെട്ടിട്ടുണ്ട്. "നമ്മുടേത് ഒരു ഫെഡറൽ ഭരണകൂടമാണെന്ന് പൊതുവെ കരുതപ്പെടുന്നുവെങ്കിലും യഥാർഥത്തിൽ അധികാരവും അധീശത്വവും മുഴുവൻ തന്നെ കേന്ദ്ര ത്തിൽ നിക്ഷിപ്തമായിരിക്കുകയാണ്. ഇന്ത്യൻ യൂണിയനിലെ ഘടക സംസ്ഥാനങ്ങൾക്ക് പരിമിതമായ അധികാരങ്ങളും അവസരങ്ങളുമേ ഉള്ളൂ. അവയുടെ സ്വയംഭരണാധികാരം ഔപചാരികം മാത്രം" ഈ സ്ഥിതി മാററുന്നതിന് മുൻതൂക്കം കൊടുത്തുകൊണ്ടാണ് ഇ എം എസ് അധികാര വികേന്ദ്രീകരണത്തെക്കുറിച്ച് സംസാരിച്ചത്. എന്നാൽ ഇന്ത്യ യിൽ കുത്തകമുതലാളിത്തം വികസിച്ചതോടെ അധികാരം കൂടുതൽ കൂടുതലായി കേന്ദ്രം സംസ്ഥാനങ്ങളിൽ നിന്ന് കവർന്നെടുക്കുന്ന സ്ഥിതിയാണുണ്ടായത്. സർക്കാരിയാ കമ്മീഷൻ റിപ്പോർട്ടിൽ ഇക്കാര്യം വ്യക്തമാക്കിയിട്ടുണ്ട്. സർക്കാരിയാ കമ്മീഷന് സി പി ഐ (എം) നൽകിയ രേഖയിലും ഇക്കാര്യം വിശദമാക്കിയിട്ടുണ്ട്.

കേന്ദ്രം ഇത്തരത്തിൽ അധികാരം കവർന്നെടുത്തുകൊണ്ടിരി ക്കുമ്പോൾ തന്നെ കേരളത്തിൽ സി പി ഐ (എം) നേതൃത്വത്തിലുള്ള ഗവൺമെന്റ് അധികാരത്തിൽ വന്നപ്പോൾ ജനകീയാസൂത്രണ പ്രക്രി യക്ക് തുടക്കം കുറിക്കാൻ ഇ എം എസ് മുൻകൈയെടുത്തു. ജനാധി പത്യാവകാശങ്ങളെ കൂടുതൽ ജനങ്ങളിലേക്കെത്തിക്കുക എന്നതായി രുന്നു ഇ എം എസിന്റെ ലക്ഷ്യം. ജനകീയാസൂത്രണം പിന്നീട് വളരെ യേറെ ചർച്ചചെയ്യപ്പെട്ടുവെങ്കിലും 2000 ൽ പാർട്ടി പരിപാടി കാലോചിത മാക്കിയപ്പോൾ "പ്രാദേശിക സമിതികളുടെ സജീവ പ്രവർത്തനങ്ങളിൽ ജനങ്ങളെ പങ്കെടുപ്പിക്കാൻ എല്ലാ ശ്രമങ്ങളും നടത്തുന്നതായിരിക്കും" എന്ന പുതിയൊരു വാചകം ജനകീയാസൂത്രണത്തിന്റെ അനുഭവത്തിന്റെ വെളിച്ചത്തിൽ കൂട്ടിച്ചേർക്കപ്പെട്ടു എന്ന് മനസ്സിലാക്കേണ്ടതുണ്ട്. 112- ാം ഖണ്ഡികയുടെ പ്രയോഗത്തിൽ നിന്നുയർന്നു വന്ന ഒരു ആശയമാണി തെന്നതിൽ തർക്കമില്ല. കേന്ദ്ര സംസ്ഥാനബന്ധങ്ങളിൽ പൊളിച്ചെഴുത്ത് വേണമെന്ന സി പി ഐ(എം)ന്റെ നിർദ്ദേശത്തിന് കൂടുതൽ സ്വീകാര്യത ലഭിച്ചത് 1960 കളുടെ അന്ത്യത്തിലാണ്. അന്നു നടന്ന സംസ്ഥാന നിയമസഭാ തെരഞ്ഞെടുപ്പുകളിൽ പല സംസ്ഥാനങ്ങളിലും കോൺഗ്ര സ്ഥിതര ഗവൺമെന്റുകൾ നിലവിൽവന്നു. അവയിൽ പലതും പ്രാദേശിക പാർട്ടികളുടെ നേതൃത്വത്തിലായിരുന്നു. തങ്ങളുടേതിന് വിരുദ്ധമായ വീക്ഷണത്തോടെ സംസ്ഥാനങ്ങളിൽ അധികാരത്തിൽ വരുന്ന ഇതര പാർട്ടി ഗവൺമെന്റുകളോട് അസഹിഷ്ണുതാപരമായ സമീപനമാണ് കോൺഗ്രസ്സ് എടുത്തത്. കേന്ദ്രത്തിലെ അധികാരം ഉപയോഗപ്പെടുത്തി സംസ്ഥാന ഗവൺമെന്റുകളെ ശ്വാസംമുട്ടിക്കാനും അറ്റകൈക്ക് ഭരണഘടനയിലെ 356-ാം വകുപ്പ് ദുർവിനിയോഗം ചെയ്തുകൊണ്ട് അവയെ പിരിച്ചുവിടാനുമൊക്കെ കോൺഗ്രസ്സ് തയ്യാറായി. എന്നാൽ എഴുപതുകളുടെ അന്ത്യത്തോടെ ഈ സ്ഥിതിയിൽ മാറ്റംവന്നു. കേന്ദ്ര

ത്തിൽ കോൺഗ്രസ്സിന്റെ അധികാര കുത്തക നഷ്ടപ്പെട്ടു. കൂട്ടുകക്ഷി ഗവൺമെന്റുകൾ കേന്ദ്രത്തിൽ അധികാരത്തിൽ വരാൻ തുടങ്ങി. ജനസ്വാധീനമുള്ള പ്രാദേശിക പാർട്ടികളെല്ലാം ഒരിക്കലല്ലെങ്കിൽ മറ്റൊരിക്കൽ കേന്ദ്രത്തിൽ അധികാര പങ്കാളിയായി.

ഈ ഘട്ടത്തിൽ സംസ്ഥാനങ്ങൾക്ക് കൂടുതൽ അധികാരവും വിഭവങ്ങളും എന്ന ശരിയായ മുദ്രാവാക്യത്തിനു വേണ്ടി മുറവിളികൂട്ടി രാജ്യത്തിന്റെ ഫെഡറൽ ഘടന ശക്തിപ്പെടുത്താനല്ല മറിച്ച് കേന്ദ്രത്തിൽ ലഭ്യമായ അധികാരമുപയോഗിച്ച് സ്വന്തം സംസ്ഥാനത്തിന് കൂടുതൽ സൗകര്യങ്ങൾ നേടിയെടുക്കുക എന്ന സങ്കുചിത താൽപര്യത്തിലേക്ക് ഒതുങ്ങാനുള്ള പ്രവണതയാണ് പ്രാദേശിക പാർട്ടികൾ പ്രകടമാക്കിയത്. എന്നാൽ തൊഴിലാളിവർഗപാർട്ടിയായ സി പി ഐ (എം)-ന് കേന്ദ്ര- സംസ്ഥാന ബന്ധങ്ങളിലെ പുന:സംഘടനയെന്ന മുദ്രാവാക്യത്തെ വർഗാടിസ്ഥാനത്തിലേ വിലയിരുത്താനാവു. കേന്ദ്ര ഗവൺമെന്റ് വിഭവങ്ങളാകെ കേന്ദ്രീകരിക്കുകയും സംസ്ഥാനങ്ങൾക്ക് അർഹമായത് നൽകാതിരിക്കുകയും ചെയ്യുന്നു. മറുഭാഗത്താവട്ടെ വിഭവങ്ങൾക്കു വേണ്ടി സാമ്രാജ്യത്വരാജ്യങ്ങളേയോ വിദേശ ധനകാര്യസ്ഥാപന ങ്ങളേയോ രാജ്യത്തിനകത്തെ വൻകിടകുത്തകകളേയോ സമീപിക്കു വാൻ സംസ്ഥാനങ്ങളെ നിർബന്ധിക്കുകയും ചെയ്യുന്ന സ്ഥിതിയാണിന്നു ള്ളത്. ഇതിന്റെ ഭാഗമായി വിഭവലഭ്യതക്കായി സംസ്ഥാനങ്ങൾ തമ്മിൽ മത്സരിക്കേണ്ട സ്ഥിതിയുണ്ടാവുകയും വിദേശ ധനകാര്യ സ്ഥാപനങ്ങളു ടെയും കുത്തകകളുടെയും സമ്മർദ്ദത്തിനു വഴങ്ങി തൊഴിലാളി വിരുദ്ധവും സംസ്ഥാനത്തിന്റെ പൊതുതാൽപര്യങ്ങൾക്കു വിരുദ്ധവുമായ നിബന്ധനക ൾക്ക് വഴങ്ങേണ്ടി വരികയും ചെയ്യുന്നു. ഇത് ഫലത്തിൽ തൊഴിലാളി വർഗം സമരപോരാട്ടങ്ങളിലൂടെ നേടിയെടുത്ത അവകാശങ്ങൾ അടിയറ വെക്കുന്നതിലേക്ക് നയിക്കുന്നു. അതുകൊണ്ടു തന്നെ കേന്ദ്ര-സംസ്ഥാന ബന്ധങ്ങളിലെ പുന:സംഘടന എന്നത് തൊഴിലാളി വർഗത്തേയും അതിന്റെ പാർട്ടിയായ സി.പി.ഐ (എം)നെയും സംബന്ധിച്ചേടത്തോളം വർഗപരമായ ഒരു മുദ്രാവാക്യമായി സമകാലികഘട്ടത്തിൽ മാറിയി രിക്കുന്നു.

കേന്ദ്ര സംസ്ഥാന ബന്ധങ്ങൾ ഇപ്പോഴും ഒരു സജീവ പ്ര ശ്നമായി നിലകൊള്ളുകയാണ്. കേന്ദ്ര നികുതിവരുമാനത്തിന്റെ അമ്പത് ശതമാനം സംസ്ഥാനങ്ങൾക്ക് നൽകണമെന്നതാണ് സി പി ഐ (എം)ന്റെ നില പാട്. ഇക്കാര്യം തീരുമാനിക്കുന്നത് ധനക്കമ്മീഷനുകളാണ്. കേന്ദ്ര നികുതി വരുമാനത്തിന്റെ എത്ര ശതമാനമാണ് സംസ്ഥാനങ്ങൾക്ക് മൊത്തമായി നൽകേണ്ടതെന്നും അതിൽ നിന്ന് ഓരോ സംസ്ഥാനങ്ങ ൾക്കും ലഭിക്കേണ്ട തുക എത്രയെന്നും തീർപ്പു കൽപ്പിക്കേണ്ടത് ധനക്ക മ്മീഷനാണ്.

പത്താം ധനകാര്യക്കമ്മീഷൻ കേരളത്തിന് അനുവദിച്ച വിഹിതം 3.85 ശതമാനമായിരുന്നു. 11-ാം ധനകാര്യക്കമ്മീഷനായപ്പോൾ അത് 3.05

ശതമാനമായി കുറഞ്ഞു.12-ാം ധനകാര്യക്കമ്മീഷനായപ്പോൾ അത് വീണ്ടും 2.665 ശതമാനമായി കുറഞ്ഞു. 12-ാം ധനകാര്യക്കമ്മീഷന്റെ ശുപാർശകളിൽ വന്ന ഈ കുറവിന്റെ ഭാഗമായി പ്രതിവർഷം 400 കോടി രൂപയാണ് കേരളത്തിന് നഷ്ടപ്പെട്ടുകൊണ്ടിരിക്കുന്നത്. കേന്ദ്ര സംസ്ഥാന ബന്ധങ്ങളിൽ അഴിച്ചുപണിവേണമെന്ന ആവശ്യം കൂടുതൽ ശക്തമായി മുന്നോട്ടുവെക്കേണ്ട സ്ഥിതിവിശേഷമാണ് ഇന്നുള്ളത്.

18

വീണ്ടും ബംഗാൾ

കഴിഞ്ഞ മൂന്ന് ദശകത്തിലേറെ കാലമായി പശ്ചിമബംഗാളിൽ സി പി ഐ(എം)ന്റെ നേതൃത്വത്തിലുള്ള ഭരണമാണ് നിലവിലിരിക്കുന്നത്. ബി ജെ പി മുതൽ നക്സലുകൾവരെ ഒന്നിച്ചു നിന്നാണ് ബംഗാളിൽ ഇടതുമുന്നണി ഗവൺമെന്റിനെതിരായി ഇപ്പോൾ സമരം നയിച്ചു കൊണ്ടിരിക്കുന്നത്. 'സി പി ഐ (എം) ഇരട്ടത്താപ്പുകാണിക്കുന്നു; തൊഴിലാളി വർഗത്തേയും കർഷകരേയും കൈയൊഴിഞ്ഞ് ടാറക്ക് ചുവപ്പു പരവതാനി വിരിക്കുന്നു; ഭൂപരിഷ്കരണത്തിന് വേണ്ടി നിലകൊണ്ടവർ കർഷകരിൽ നിന്ന് ഭൂമി പിടിച്ചെടുക്കുന്നു;' അങ്ങനെ ആക്ഷേപങ്ങൾ നിരവധിയാണ്.

1959-ൽ ഇ എം എസ് പറഞ്ഞ ഇരട്ടസ്വഭാവമുള്ള രാഷ്ട്രീയ ഞാണിന്മേൽക്കളിയുടെ പ്രശ്നമാണ് ഇവിടെ വിവാദവിഷയമാവുന്നത്. എന്താണ് ബംഗാൾ അനുഭവമെന്ന് പരിശോധിക്കാം. ബ്രിട്ടീഷ് ഭരണ കാലത്തുതന്നെ വ്യാവസായികമായി വളർച്ച നേടുവാൻ കഴിഞ്ഞ പ്രദേശമായിരുന്നു ബംഗാൾ. അസംസ്കൃതവിഭവങ്ങളുടെ ലഭ്യതയും കാർഷികവിളകൾക്ക് അനുയോജ്യമായ കാലാവസ്ഥയും പരമ്പരാഗത വ്യവസായങ്ങളുടെ സ്ഥാപനത്തിനും വികസനത്തിനും സഹായകമായ പശ്ചാത്തല ഘടകമായി പ്രവർത്തിച്ചു. ബ്രിട്ടീഷ് ഇന്ത്യയുടെ തലസ്ഥാ നമെന്ന നിലയിൽ നിരവധി അന്താരാഷ്ട്ര-ആഭ്യന്തര വ്യാപാരങ്ങളും അവിടെ വളർന്നുവന്നു. ചണം, തേയില, തുണി തുടങ്ങിയ വ്യവസായങ്ങൾ നന്നായി പുരോഗമിച്ചു.എഞ്ചിനീയറിംഗ് വ്യവസായ രംഗത്ത്, വിശേഷിച്ച് ഇരുമ്പുരുക്കു മേഖലയിലെ മുന്നേറ്റം വ്യാവ സായികവികസനം നേടിയ ബംഗാളിന്റെ സവിശേഷതയായിരുന്നു.

കല്‍ക്കരിയുടെ സമൃദ്ധമായ നിക്ഷേപം വ്യവസായ വികസനത്തിന്റെ പ്രധാനഘടകമായിരുന്നു.

എന്നാല്‍ സ്വാതന്ത്ര്യാനന്തരം സ്ഥിതിഗതികള്‍ നിഷേധാത്മകമായ വിധത്തില്‍ മാറി. കേന്ദ്രസര്‍ക്കാരിന്റെ നയങ്ങള്‍ ബംഗാളിന്റെ വ്യാവസായിക മുന്നേറ്റത്തിനു വിനയായി മാറി. സംസ്ഥാന ഭരണം നടത്തിയ കോണ്‍ഗ്രസ്സിന്റെ കെടുകാര്യസ്ഥത കാര്‍ഷിക മേഖലയേയും തകര്‍ത്തു. ഇതിനെതിരായി നടത്തിയ പ്രക്ഷോഭങ്ങളിലൂടെയാണ് ഇടതുപക്ഷം ബംഗാളില്‍ നിര്‍ണായക ശക്തിയായി മാറിയത്.

1977-ല്‍ ഇടതു മുന്നണി പശ്ചിമബംഗാളില്‍ അധികാരമേ ല്‍ക്കുമ്പോള്‍ സംസ്ഥാനത്തിന്റെ സമ്പദ്ഘടന താറുമാറായിരുന്നു. വ്യവസായങ്ങള്‍ പലതും ആധുനികമാക്കേണ്ടതുണ്ടായിരുന്നു. പരമ്പരാഗത വ്യവസായങ്ങള്‍ പുനരുദ്ധരിക്കേണ്ടതുണ്ടായിരുന്നു. ഇതിനൊക്കെ ആവശ്യമായ നിക്ഷേപത്തിന്റെ അപര്യാപ്തത വലിയ പ്രശ്നമായി. പുതിയ വ്യവസായങ്ങള്‍ക്ക് ലൈസന്‍സ് നല്‍കേണ്ടത് കേന്ദ്ര ഗവണ്‍മെന്റായിരുന്നു. എന്നാല്‍ സംസ്ഥാന ഗവണ്‍മെന്റിനെതിരായ ഒരു രാഷ്ട്രീയ ആയുധമായി വ്യാവസായിക ലൈസന്‍സിംഗിനെ ഉപയോഗപ്പെടുത്തുക എന്ന നയമാണ് കേന്ദ്രത്തിലെ കോണ്‍ഗ്രസ് ഗവണ്‍മെന്റ് സ്വീകരിച്ചത്. സ്വകാര്യമേഖലയില്‍ പ്രവര്‍ത്തിച്ചിരുന്ന നിരവധി പീഡിത യൂണിറ്റുകളെ ദേശസാല്‍ക്കരിക്കുവാന്‍ മുന്‍കൈ യെടുത്ത കേന്ദ്രഗവണ്‍മെന്റ് അവയ്ക്കാവശ്യമായ കേന്ദ്രസഹായം അനുവദിക്കാതെ പീഡിപ്പിച്ചു. കാര്‍ഷികമേഖലയെ പോഷിപ്പിക്കാന്‍ നടത്തിയ ഇടപെടലുകള്‍ ചെറുകിട- കുടില്‍ വ്യവസായങ്ങളുടെ വളര്‍ച്ചയ്ക്ക് സഹായകമായി. എന്നാല്‍ വന്‍കിട-അടിസ്ഥാന വ്യവസായ മേഖലകള്‍ കടുത്ത ഞെരുക്കം നേരിട്ടു.

1977ല്‍ ആരംഭിച്ച ഇടതുമുന്നണി ഭരണകാലത്തെ നടപടികളുടെ ഭാഗമായി രാജ്യത്തെ മൊത്തം കൃഷിഭൂമിയില്‍ 2.7 ശതമാനം മാത്രമുള്ള പശ്ചിമബംഗാള്‍ രാജ്യത്തെ മൊത്തം കാര്‍ഷികോല്‍പാദനങ്ങളുടെ ഒമ്പ ത് ശതമാനം ഉല്‍പാദിപ്പിക്കുന്ന സംസ്ഥാനമായി. കാര്‍ഷിക പരിഷ്കരണ ത്തില്‍ അധിഷ്ഠിതവും പഞ്ചായത്ത് അധിഷ്ഠിതവുമായ പശ്ചാത്തല സൗകര്യമൊരുക്കലും കാര്‍ഷികമേഖലയില്‍ വന്‍ ചലനങ്ങളുണ്ടാക്കി. 1977-ല്‍ 28 ശതമാനം മാത്രമായിരുന്നു ജലസേചന സൗകര്യമുള്ള ഭൂമി. ഇപ്പോഴത് 69 ശതമാനമായി ഉയര്‍ന്നിട്ടുണ്ട്. സംസ്ഥാനത്തെ തരിശു ഭൂമി വെറും ഒരു ശതമാനം മാത്രമാണ്. കാര്‍ഷികരംഗത്ത് ഉല്‍പ്പാദനവും ഉല്‍പ്പാദനക്ഷമതയും ഗണ്യമായി ഉയര്‍ന്നു.

ഭൂപരിഷ്കരണത്തിന്റെ ഫലമായി സംസ്ഥാനത്തെ മൊത്തം കൃഷി ഭൂമിയില്‍ 78 ശതമാനവും ചെറുകിട -നാമമാത്ര കര്‍ഷകരുടെ ഉടമസ്ഥ തയിലാണ്. ദേശീയാടിസ്ഥാനത്തില്‍ ഏറ്റവും കൂടുതല്‍ മിച്ചഭൂമി വിത രണം ചെയ്ത സംസ്ഥാനം പശ്ചിമബംഗാളാണ്. ഇപ്പോഴകട്ടെ മറ്റൊരു 30,000 ഏക്കര്‍ മിച്ചഭൂമി കൂടി വിതരണം ചെയ്യാന്‍ പോകുകയാണ്.

കാർഷിക മേഖലയിൽ പശ്ചിമബംഗാൾ ഉണ്ടാക്കിയ നേട്ടങ്ങൾ പക്ഷെ കേന്ദ്രഗവൺമെന്റ് സ്വീകരിക്കുന്ന ഉദാരവൽക്കരണനയങ്ങൾ മൂലം നിലനിർത്താനാവത്ത സ്ഥിതിയിലാണ്. പത്താം പഞ്ചവത്സര പദ്ധതി കാലത്ത് ദേശീയ കാർഷിക വളർച്ചാനിരക്ക് 1.9 ശതമാനമായിരു ന്നുവെങ്കിൽ പശ്ചിമബംഗാളിന് 4 ശതമാനം നേട്ടമുണ്ടാക്കാനായി. എ ന്നിട്ടും സംസ്ഥാനത്തെ മൊത്തം ആഭ്യന്തരോൽപാദനത്തിൽ കാർഷിക മേഖലയുടെ സംഭാവന കുറഞ്ഞു. കാർഷികമേഖലയെ ആശ്രയിച്ചു കഴിയുന്ന ജനസംഖ്യയും കുറഞ്ഞു.

സങ്കേതികവിദ്യ മെച്ചപ്പെടുത്തിയും ജലസേചനസൗകര്യം വിപു ലപ്പെടുത്തിയും വിപണി അഭിഗമ്യത വർധിപ്പിച്ചുമൊക്കെ കാർഷിക മേഖലയെ മെച്ചപ്പെടുത്താൻ ഗവൺമെന്റ് ആവതു ശ്രമിക്കുന്നുണ്ട്. കാർഷികരംഗത്തുണ്ടാക്കിയ ഈ നേട്ടങ്ങൾ നിലനിൽക്കണമെങ്കിൽ പോലും പശ്ചിമബംഗാളിൽ ത്വരിതഗതിയിലുള്ള വ്യവസായവൽക്കരണം നടക്കേണ്ടതുണ്ട്. ഇക്കാര്യം 15-ാം പാർട്ടി കോൺഗ്രസ് തന്നെ ചൂണ്ടിക്കാ ട്ടിയിരുന്നു. ഈ പശ്ചാത്തലത്തിലാണ് സംസ്ഥാനത്തിന്റെ വ്യവസായ നയം രൂപപ്പെടുത്തിയത്.

ക്ലസ്റ്റർ അടിസ്ഥാനത്തിലുള്ള പശ്ചാത്തലസൗകര്യങ്ങളുടെ വിക സനത്തിലൂടെ ചെറുകിട ഇടത്തരം വ്യവസായങ്ങൾ വ്യാപിപ്പിക്കുക, പൊതുമേഖലയിലും സ്വകാര്യമേഖലയിലുമായി പൂട്ടിക്കിടക്കുന്ന വ്യവസായശാലകൾ പുനരുദ്ധരിക്കുന്നതിന് നിരന്തരവും വിട്ടുവീഴ്ച യില്ലാത്തതുമായ ശ്രമം നടത്തുക, സംസ്ഥാന സർക്കാരിന് കാര്യമായ നിയന്ത്രണമില്ലാത്ത കമ്പോളവ്യവസ്ഥയും നയങ്ങളും മൂലം വലിയ വെല്ലുവിളി നേരിടുന്ന പരമ്പരാഗത വ്യവസായ മേഖലകളായ തേയില, ചണം, എന്നീ മേഖലകളിലെ പ്രശ്നങ്ങളെ അഭിസംബോധന ചെയ്യുക, ഹരിത വ്യവസായ യൂണിറ്റുകൾക്ക് ഊന്നൽ നൽകികൊണ്ട് പുതിയ വ്യവസായങ്ങൾക്ക് സാഹചര്യമൊരുക്കുക തുടങ്ങിയവ പുതിയ വ്യവസായനയത്തിൽ ഉൾപ്പെടുന്നു.

ചെറുകിട-ഇടത്തരം മേഖലകളിൽ പ്രത്യേക വിദഗ്ദ്ധ തൊഴിലിനും ഉൽപ്പന്നങ്ങൾക്കുമായി 100 ക്ലസ്റ്ററുകൾ നിർമിക്കുന്നതിനാണ് സർക്കാർ ലക്ഷ്യമിട്ടത്. കഴിഞ്ഞ ആറുമാസകാലത്തിനിടയിൽ അത്തരം 41 എണ്ണത്തിനുള്ള അനുമതി കേന്ദ്രത്തിൽ നിന്ന് കിട്ടിയിട്ടുണ്ട്. ഈ സാമ്പത്തികവർഷം കഴിയുന്നതോടെ അത് അമ്പതായി ഉയരും. പൊതു മേഖല സംരക്ഷിക്കുന്നതിനാവശ്യമായ നടപടികളും സർക്കാർ സ്വീക രിക്കുന്നുണ്ട്.

തേയിലവ്യവസായം അഭിമുഖീകരിക്കുന്ന പ്രതിസന്ധികളെ നേരിടാ നുള്ള ശക്തമായ പരിശ്രമമാണ് ബംഗാൾ സർക്കാർ നടത്തുന്നത്. പൂട്ടിക്കിടന്ന വ്യവസായ യൂണിറ്റുകൾ തുറപ്പിക്കുന്ന കാര്യത്തിൽ വിജയിക്കാനായി. മറ്റു നിരവധി വ്യവസായ സ്ഥാപനങ്ങൾ തുറക്കുന്ന തിനും സ്ഥാപിക്കുന്നതിനുമുള്ള പ്രവർത്തനങ്ങൾ ത്വരിതഗതിയിൽ

നടന്നുവരികയാണ്. അവയൊക്കെ വൻതോതിൽ തൊഴിൽ സാധ്യത
യുള്ളവയാണ്. 15-ാം കോൺഗ്രസ്സ് ചൂണ്ടിക്കാണിച്ച വിധത്തിൽ വ്യവ
സായവൽക്കരണം ത്വരിതഗതിയിൽ പശ്ചിമബംഗാൾ സംസ്ഥാനത്തിൽ
മുന്നേറിക്കൊണ്ടിരിക്കുകയാണ്. ഇതിലൊന്നു മാത്രമാണ് സിംഗൂർ.

ടാറയുടെ നിർദ്ദിഷ്ട കാർഫാക്ടറി ഉത്തരാഞ്ചലിൽ സ്ഥാപിക്കു
ന്നതിന് ഏറെക്കുറെ തീരുമാനമായതാണ്. ഉത്തരാഞ്ചൽ, ഹിമാച
ൽപ്രദേശ് എന്നിവിടങ്ങളിൽ വ്യവസായസ്ഥാപനങ്ങൾ ആരംഭിക്കു
ന്നവർക്ക് പ്രത്യേക നികുതിയിളവ് കേന്ദ്ര സർക്കാർ തന്നെ പ്രഖ്യാപി
ച്ചിട്ടുണ്ട്. ഈ സാധ്യതകളൊക്കെ ലഭ്യമായിട്ടും പശ്ചിമബംഗാൾ ഗവൺ
മെന്റ് മുൻകൈയെടുത്തതിന്റെ ഭാഗമായാണ് നിർദ്ദിഷ്ട പ്രോജക്ട്
ബംഗാളിൽ സ്ഥാപിക്കാൻ ടാറ തയ്യാറായത്. അവർക്ക് നാല് സ്ഥല
ങ്ങളാണ് ബംഗാൾ ഗവൺമെന്റ് ചൂണ്ടിക്കാണിച്ചുകൊടുത്തത്. കൊൽ
ക്കത്തയിലേക്കുള്ള യാത്രാസൗകര്യം പരിഗണിച്ചാണ് അവർ സിംഗൂർ
തെരഞ്ഞെടുത്തത്.

കാർഷികഭൂമി വ്യാവസായികാവശ്യത്തിന് ഉപയോഗിക്കുവാൻ
പാടില്ല എന്നതാണ് ഒരു പ്രധാന ആക്ഷേപം. നേരത്തെ സൂചിപ്പിച്ചതു
പോലെ പശ്ചിമബംഗാളിൽ ആകെ ഭൂമിയുടെ ഒരു ശതമാനം മാത്രമാണ്
തരിശുഭൂമിയുള്ളത്. അതുതന്നെ സംസ്ഥാനത്തിന്റെ വിവിധ ഭാഗങ്ങളി
ലായി ചിതറി കിടക്കുകയാണ്. അപ്പോൾ പിന്നെ ബംഗാളിൽ വ്യവസായം
തുടങ്ങണമെങ്കിൽ കൃഷിഭൂമിയെ ആശ്രയിക്കുകയല്ലാതെ മറ്റു മാർഗമില്ല.
സിംഗൂറിൽ തന്നെ കഴിഞ്ഞ പത്തുമാസകാലയളവിൽ 557 ഭൂമി
കൈമാറങ്ങൾ നടന്നു. ഇതിലേറെയും കാർഷികാവശ്യങ്ങൾക്കല്ല.
ടാറയുടെ നിർദ്ദിഷ്ട പ്രോജക്ടിനായി വാങ്ങിയ സ്ഥലവും പൂർണമായും
കൃഷിഭൂമിയല്ല. പശ്ചിമബംഗാളിലെ രൂക്ഷമായ തൊഴിലില്ലായ്മയ്ക്ക്
പരിഹാരം കാണണമെങ്കിൽ സംസ്ഥാനത്ത് വൻതോതിൽ തൊഴിലവ
സരങ്ങൾ സൃഷ്ടിക്കണം. അതിന് ഉൽപാദനമേഖലയിൽ പ്രവർത്തി
ക്കുന്ന നിരവധി വ്യവസായങ്ങൾ ആരംഭിക്കണം. ഈ ലക്ഷ്യത്തോടെ
ഇടതുമുന്നണി ഗവൺമെന്റ് നടത്തിയ പരിശ്രമത്തിന്റെ ഭാഗമായി വരുന്ന
നൂറു കണക്കിന് വ്യവസായങ്ങളിൽ ഒന്നുമാത്രമാണ് ടാറയുടെ പ്രോജക്ട്.

ഹരിത വ്യവസായങ്ങൾക്കായി കാർഷികഭൂമിയിൽ കുറെ ഭാഗം
നീക്കിവെക്കേണ്ടതായി വരും. അതിനു തന്നെ പരമാവധി കുറച്ച് കാർ
ഷികഭൂമി ഉപയോഗിക്കുക എന്നതാണ് ഇടതുമുന്നണി സർക്കാരിന്റെ
നയം. ഏറ്റെടുത്ത ഭൂമിക്കാവട്ടെ കമ്പോളവിലയുടെ മൂന്നിരട്ടിയോളം
അധികവില ഭൂവുടമസ്ഥർക്ക് നൽകാനും സർക്കാർ തയ്യാറായി.

സ്വകാര്യകുത്തകയുടെ സ്ഥാപനത്തിന് ഭൂമിയെടുക്കുന്നതിൽ
സർക്കാർ ഇടപെടുന്നതെന്തിന് എന്നതാണ് സ്വാഭാവികമെന്നപേരിൽ
ഉയർത്തപ്പെടുന്ന മറ്റൊരു ചോദ്യം. ഭരണകൂടം ഇത്തരം കാര്യങ്ങളി
ലൊന്നും ഇടപെടരുതെന്ന നവലിബറൽ ചിന്താഗതിയും തീവ്ര ഇടതു
പക്ഷത്തിന്റെ ചിന്താഗതിയും തമ്മിൽ അസാമാന്യമായ ചേർച്ചയാണി

വിടെ ദൃശ്യമാകുന്നത്. റിയൽ എസ്റ്റേററുകാരുടേയും ഭൂമിഊഹക്കച്ച
വടക്കാരുടേയും താൽപര്യം സംരക്ഷിക്കുവാനാണ് ഇങ്ങനെയൊരു
വാദഗതി മുന്നോട്ടുവെക്കുന്നത്.

ആഗോളവൽക്കരണത്തിന്റേതായ ഈ കാലഘട്ടത്തിൽ മൂന്നാം
ലോകരാജ്യങ്ങളിലെ വ്യവസായങ്ങളെ തകർക്കുന്നതിന് ലക്ഷ്യമിട്ടതാണ്
നവലിബറൽ സാമ്പത്തികനയങ്ങൾ. ഈ പശ്ചാത്തലത്തിൽ ഉൽപ്പാദന
-സംസ്കരണ രംഗങ്ങളിൽ വ്യവസായവികസനം എന്നതുതന്നെ
നവലിബറൽ സാമ്പത്തികനയങ്ങളോടുള്ള സമരമാണ്.

19

എ ഡി ബി വിവാദം

പാർട്ടി പരിപാടിയിലെ 112-ാം ഖണ്ഡികയുടെ പ്രയോഗത്തിൽ കേരളത്തിൽ ഏറ്റവുമൊടുവിൽ അഭിമുഖീകരിക്കേണ്ടിവന്ന വിവാദവി ഷയമാണ് എ ഡി ബി-വായ്പ. 1996-ലെ ഇടതുപക്ഷ ജനാധിപത്യ മുന്നണി സർക്കാരാണ് നഗരങ്ങളിൽ കുടിവെള്ളം, റോഡുകൾ, ഖര മാലിന്യ സംസ്കരണം, ഡ്രെയ്നേജ് സംവിധാനം തുടങ്ങിയവ മെച്ചപ്പെ ടുത്താൻ ഏഷ്യൻ വികസനബാങ്കിൽ നിന്നു വായ്പയെടുക്കുന്ന കാര്യം പരിഗണിച്ചത്. ഇതനുസരിച്ച് 1997-ൽ എ ഡി ബി സംഘം കേരളത്തിൽ വരുകയും അന്നത്തെ ധനമന്ത്രി ടി ശിവദാസമേനോന്റെ നേതൃത്വത്തി ലുള്ള മന്ത്രിതലസംഘവുമായി ചർച്ച നടത്തുകയും ചെയ്തു. പ്രസ്തുത ചർച്ചയിൽ ഇടതുമുന്നണിയിലെ വിവിധ ഘടകകക്ഷി മന്ത്രിമാർ പങ്കെടുത്തിരുന്നു. ജീവനക്കാരുടെ എണ്ണം കുറയ്ക്കുന്നതടക്കമുള്ള കടുത്ത വ്യവസ്ഥകൾ എ ഡി ബി സംഘം മുന്നോട്ടു വെച്ചു. മന്ത്രിമാർ ഇക്കാര്യം പ്രത്യേകം ചർച്ചചെയ്ത് എ ഡി ബി യുടെ വ്യവസ്ഥകൾ അംഗീകരിക്കാൻ കഴിയുകയില്ലെന്ന് അവരെ അറിയിച്ചു. എന്നാൽ ചർച്ച തുടരാമെന്ന ധാരണയിലാണ് പിരിഞ്ഞത്. തുടർന്ന് രണ്ടു മൂന്നു വർഷം അവരിൽ നിന്ന് യാതൊരു പ്രതികരണവുമുണ്ടായില്ല. 2000-മുതൽ എ ഡി ബി ചർച്ച വീണ്ടും സജീവമായെങ്കിലും വ്യവസ്ഥകൾ സ്വീകാര്യ മല്ലാത്തതിനാൽ എൽ ഡി എഫ് ഭരണകാലത്ത് വായ്പ വാങ്ങിയില്ല.

2001-ൽ യു ഡി എഫ് സർക്കാർ അധികാരമേറ്റ് ആറുമാസം തിക ഞ്ഞ നവംബറിൽ കേരളം സന്ദർശിച്ച എ ഡി ബി സംഘം ഭരണ നവീകരണപദ്ധതി നിർദ്ദേശം മുന്നോട്ടു വെച്ചു. എൺപതിനായിര ത്തോളം ജീവനക്കാർ അധികപ്പറ്റാണെന്നായിരുന്നു എ ഡി ബി യുടെ

നിരീക്ഷണം. 2002-ഒക്ടോബറിൽ ഭരണപരിഷ്കാരത്തിന്റെ ഭാഗമായി വിവിധ മേഖലകളിൽ നടപ്പാക്കേണ്ട പ്രവർത്തനപദ്ധതി തയ്യാറാക്കു കയും ചീഫ് സെക്രട്ടറി, ധനകാര്യ സെക്രട്ടറി, ഭരണനവീകരണ സെക്രട്ടറി എന്നിവരടങ്ങുന്ന ഉദ്യോഗസ്ഥസംഘം എ ഡി ബി ആസ്ഥാ നമായ മനിലയിലെത്തി ഭരണനവീകരണ കരാറിൽ ഒപ്പുവെക്കുകയും ചെയ്തു.

ദാരിദ്ര്യ നിർമാർജനത്തിന്റെ പേരിൽ ദാരിദ്ര്യരേഖ താഴ്ത്തി വരച്ച് ദരിദ്രരുടെ എണ്ണം കുറച്ചു കാണിക്കുക, ക്ഷേമപ്രവർത്തനങ്ങളും പെൻഷനുകളും നിർത്തലാക്കുക, പൊതുവിതരണ സമ്പ്രദായം ഇ ല്ലാതാക്കുക, സർക്കാർ ആരോഗ്യ മേഖലയിൽ നിന്നു പിൻമാറുക, ശുദ്ധ ജലവിതരണത്തിനും മലിനജല നിർമാർജനത്തിനും 'യൂസർ ഫീ' ഏർപ്പെടുത്തുക, പൊതുവിദ്യാഭ്യാസ സ്ഥാപനങ്ങളിൽ ഭൂരിഭാഗവും അടച്ചു പൂട്ടുക തുടങ്ങി കേരള വികസനത്തിന്റെ സവിശേഷതകളെല്ലാം പൊളിച്ചു മാറ്റാനുള്ള ഘടനാപരമായ മാറ്റങ്ങൾക്കുള്ള നിർദ്ദേശങ്ങളാണ് ഭരണനവീകരണപദ്ധതിയുടെ ഭാഗമായി നിർദ്ദേശിക്കപ്പെട്ടത്. സി പി ഐ(എം)ഉം വർഗബഹുജനസംഘടനകളും ഈ നിർദ്ദേശങ്ങൾക്കെ തിരെ അതിശക്തമായ പോരാട്ടമാണ് നടത്തിയത്.

എന്നാൽ സുസ്ഥിര നഗരവികസനപദ്ധതി ഇതിൽനിന്ന് വൃത്യസ്ത മായ ഒരു പ്രോജക്ട് പരിപാടിയാണ്. ഇതിന്റെ വായ്പാ കരാറിലും ഒട്ടനവധി ജനവിരുദ്ധ വ്യവസ്ഥകൾ ഉണ്ടായിരുന്നു. ആ വ്യവസ്ഥകൾ ക്കെതിരെയും അതിശക്തമായ പ്രക്ഷോഭങ്ങൾ സി പി ഐ (എം) ന്റെയും വർഗബഹുജനപ്രസ്ഥാനങ്ങളുടെയും നേതൃത്വത്തിൽ കേരളത്തിൽ നടന്നു. ജനവിരുദ്ധ വ്യവസ്ഥകൾ ഉൾക്കൊള്ളുന്ന കരാർ അംഗീകരി ക്കാൻ കഴിയില്ലെന്ന് കേരളത്തിലെ ഇടതുപക്ഷ ജനാധിപത്യമുന്നണി നയിക്കുന്ന അഞ്ചു കോർപ്പറേഷനുകളും വ്യക്തമാക്കി. അങ്ങനെയാണ് 2005 നവംബർ 14-ന് നടന്ന ചർച്ചയിൽ പല ജനവിരുദ്ധ വ്യവസ്ഥകളും ഒഴിവാക്കാൻ എ ഡി ബി തയ്യാറായത്. ഇത്തരത്തിൽ പരിഷ്കരിച്ച പദ്ധതി ക്കരാറും വായ്പക്കരാറുമാണ് അന്ന് ഒപ്പിട്ടത്. ഇത് ഒപ്പിടുന്നതിനു മുമ്പ് സി പി ഐ (എം)ന്റെ സംസ്ഥാന സെക്രട്ടറിയേറ്റ് ഈ കാര്യം രണ്ടു പ്രാവശ്യം സമഗ്രമായി ചർച്ച ചെയ്തിരുന്നു.

പൊതുടാപ്പുകൾ നിർത്തലാക്കുകയോ, അവ ഉപയോഗിക്കുന്നവ രിൽ നിന്ന് പണം ഈടാക്കുകയോ ചെയ്യണമെന്ന് കരട് കരാറിൽ ഉണ്ടായിരുന്നു. ഇത് ചർച്ചയെ തുടർന്ന് കരാറിൽ നിന്ന് നീക്കുകയും ടാപ്പുകൾ മീറ്റർ ചെയ്താൽ മതിയെന്ന് തീരുമാനിക്കുകയും ചെയ്തു. നഗരവാസികൾക്ക് വായ്പയിൽ നിന്നു കൊടുക്കുന്ന പണം തിരിച്ചട യ്ക്കാൻ നഗരസഭകൾക്കായിരുന്നു ആദ്യം ബാധ്യതയെങ്കിൽ അത് സംസ്ഥാന സർക്കാരിന്റേതാക്കി മാറ്റി. ഇങ്ങനെ നിർണായകമായ ഒട്ടെറെ മാറ്റങ്ങൾ കരടു കരാറിൽ വരുത്തിയതിന് ശേഷമാണത് അംഗീകരിച്ചത്.

എന്നാൽ അന്താരാഷ്ട്ര ധനകാര്യസ്ഥാപനങ്ങൾ ആരുമായും ഉ

ണ്ടാക്കുന്ന കരാറുകൾ സമാനങ്ങളായിരിക്കുമെന്നും എല്ലാ വായ്പ കളും ഘടനാപരമായ പരിഷ്കാരങ്ങൾക്കു വേണ്ടിയായിരിക്കുമെന്നുമൊക്കെ യുള്ള അവാസ്തവിക പ്രസ്താവനകൾ നടത്തി സി പി ഐ(എം) സാമ്രാജ്യത്വത്തിന് വഴങ്ങിയിരിക്കുന്നു എന്ന ആക്ഷേപമാണ് നക്സലു കളും ഒരു വിഭാഗം സാസ്കാരിക നായകന്മാരും ഉയർത്തിയത്. അവരാ കട്ടെ നഗര വികസനത്തിനുപോലും സംസ്ഥാനങ്ങൾക്ക് വിദേശ വായ്പ വാങ്ങേണ്ടി വരുന്ന സാഹചര്യം എങ്ങനെയാണ് അടിച്ചേൽപ്പിക്കപ്പെട്ടത് എന്ന് ചർച്ച ചെയ്യുവാൻ തയ്യാറാവുന്നില്ല. മുമ്പ് കേന്ദ്രം സംസ്ഥാന ങ്ങൾക്ക് വികസനത്തിനാവശ്യമായ ഫണ്ട് നേരിട്ടനുവദിക്കുന്ന സ്ഥിതിയാണുണ്ടായിരുന്നത്. എന്നാൽ ആഗോളവൽക്കരണനയങ്ങൾ നടപ്പിലാക്കപ്പെട്ടതോടെ കേന്ദ്രസർക്കാർ വിദേശ രാജ്യങ്ങളിൽ നിന്ന് സംസ്ഥാനങ്ങൾക്ക് വായ്പ വാങ്ങിക്കൊടുക്കുന്ന ഒരു ഇടനിലക്കാരന്റെ റോളിലേക്ക് മാറി എന്നു മാത്രമല്ല സംസ്ഥാന സർക്കാരുകളുടെ വിഭവ സ്രോതസ്സുകളിന്മേലൊക്കെ നിയന്ത്രണം ഏർപ്പെടുത്തുകയും ചെയ്തു. ഈ നയത്തിനുത്തരവാദിയായ കേന്ദ്രസർക്കാരിനേയോ അതിന് നേതൃത്വം കൊടുക്കുന്ന കോൺഗ്രസ്സിനേയോ തുറന്നു കാണിക്കുവാൻ നക്സലുകളോ അവരുടെ സാംസ്കാരിക സുഹൃത്തുക്കളോ തയ്യാറായി കാണുന്നില്ല.

1957-ൽ അധികാരമേറെറടുത്തപ്പോൾ നിബന്ധനകൾക്ക് വിധേയമായി കേരള വികസനത്തിന് അമേരിക്കൻ മൂലധനത്തെപ്പോലും ഉപയോഗിക്കുവാൻ തയ്യാറാണെന്ന് പ്രഖ്യാപിക്കുവാൻ ഇ എം എസിന് യാതൊരു ചാഞ്ചല്യവുമുണ്ടായില്ല. മാർക്സിസം-ലെനിനിസത്തെ ക്കുറിച്ചും ഒരു സംസ്ഥാന ഗവൺമെന്റിൽ അധികാരം കൈയാളുമ്പോഴു ണ്ടാവുന്ന പരിമിതിയെക്കുറിച്ചും അതിന്റെ സാധ്യതയെക്കുറിച്ചും ഇ എം എസിന് അന്നുണ്ടായിരുന്ന പ്രാഥമികധാരണപോലും സ്വായത്തമാക്കാൻ കമ്യൂണിസ്റ്റ് എന്നവകാശപ്പെടുന്നവരിൽ പലർക്കും കഴിഞ്ഞിട്ടില്ല എന്നാണിത് കാണിക്കുന്നത്.

20

പ്രത്യേക സാമ്പത്തിക മേഖല

സി പി ഐ (എം) നേതൃത്വത്തിലുള്ള സംസ്ഥാന ഗവൺമെന്റു കൾ അഭിമുഖീകരിക്കുന്ന ഒരു പുതിയ പ്രശ്നം പ്രത്യേക സാമ്പത്തിക മേഖല (സെസ്) യുടെ സ്ഥാപനവുമായി ബന്ധപ്പെട്ടതാണ്. പശ്ചിമബം ഗാളിലെ നന്ദിഗ്രാമിൽ ജനങ്ങളുടെ എതിർപ്പിനെ തുടർന്ന് പ്രത്യേക സാമ്പത്തികമേഖല സ്ഥാപിക്കില്ല എന്ന് മുഖ്യമന്ത്രി പരസ്യ പ്രഖ്യാപനം നടത്തിയിരുന്നു. എന്നിട്ടും അവിടത്തെ പ്രതിപക്ഷ കക്ഷികളുടെ ദുഷ്ടലാക്കോടെയുള്ള നീക്കത്തിൽ ജനങ്ങളിൽ ഒരു വിഭാഗം പെട്ടുപോവുകയും സി പി ഐ(എം) പ്രവർത്തകരേയും അനുഭാവി കളേയും സ്വന്തം കിടപ്പാടങ്ങളിൽ നിന്ന് ആക്രമിച്ചോടിക്കുകയും ചെയ്തു. ആയിരക്കണക്കിനുപേർ ഇടതു മുന്നണിക്കാരാണെന്ന ഒറ്റക്കാരണ ത്താൽ അഭയാർഥികളാക്കപ്പെട്ടു. അവസാനം ക്രമസമാധാനനില പുന:സ്ഥാപിക്കുവാൻ നടത്തിയ ശ്രമം വെടിവെപ്പിലെത്തുകയും ഏതാനും പേർ കൊല്ലപ്പെടുകയും ചെയ്തു. ജനങ്ങൾ മരിക്കാനിടയായ സംഭവത്തിൽ മുഖ്യമന്ത്രിയും സി പി ഐ(എം) ഉം ഖേദം പ്രകടിപ്പിച്ചു. എന്നിട്ടും ഈ വിഷയത്തെ രാഷ്ട്രീയ മുതലെടുപ്പിന് ഉപയോഗിക്കുക യാണ് ചെയ്തുവരുന്നത്.

ഇതിനാധാരമായ പ്രത്യേക സാമ്പത്തികമേഖലയുടെ വിഷയം എന്തെന്ന് പരിശോധിക്കാം. 1965-ൽ കണ്ടലയിലാണ് ഇന്ത്യയിലാദ്യമായി ഒരു സ്വതന്ത്ര വ്യാപാരമേഖല സ്ഥാപിക്കപ്പെട്ടത്. 1994-വരെ അത്തര ത്തിലുള്ള ഏഴെണ്ണം കൂടി സ്ഥാപിക്കപ്പെട്ടു. എന്നിട്ടും മറ്റു പല വികസ്വര രാജ്യങ്ങളെയുംപോലെ കയറ്റുമതി അധിഷ്ഠിത ഉല്പാദന മേഖലയിൽ നിർണായക നേട്ടമുണ്ടാക്കാനൊന്നും ഇന്ത്യക്ക് കഴിഞ്ഞിട്ടില്ല.

വ്യാവസായിക രംഗത്ത് അടിസ്ഥാന സൗകര്യങ്ങൾ ഏർപ്പെടുത്തു ന്നതിൽ ഏറെയൊന്നും മുന്നോട്ടുപോകാൻ കഴിഞ്ഞിട്ടില്ലാത്ത രാജ്യമാണ് ഇന്ത്യ. അങ്ങനെയുള്ള ഒരിടത്ത് ശക്തമായ അടിസ്ഥാന സൗകര്യങ്ങളും വ്യവസായ യൂണിറ്റുകൾ സ്ഥാപിക്കുന്നതിനും നടത്തുന്നതിനും ലളിതവൽക്കരിക്കപ്പെട്ട നടപടിച്ചട്ടങ്ങളും സുതാര്യമായ നികുതിയിലവു കളും, ഇതിന്റെയൊക്കെ അനന്തര ഫലമെന്നോണം കയറ്റുമതി രംഗത്ത് മത്സരക്ഷമമായ ഉൽപ്പന്ന നിർമിതിയും ഉണ്ടാക്കിയെടുക്കേണ്ടതും അതിന് കേന്ദ്ര-സംസ്ഥാന സർക്കാരുകൾ കൂട്ടായി ശ്രമിക്കേണ്ടതുമൊക്കെ മുതലാളിത്ത വികസനപാത പിൻതുടരുന്ന ഒരു രാജ്യത്തെ സംബന്ധി ച്ചേടത്തോളം വ്യാവസായിക വളർച്ചക്ക് സഹായകമാണ്. ഇതിന് അനു ഗുണമാകുമെന്ന നിലയിലാണ് 2005-ൽ പ്രത്യേക സാമ്പത്തിക മേഖലാ നിയമം പാസാക്കിയത്. എന്നാൽ നിയമത്തിന്റെ അനുബന്ധമായി രൂപീകരിക്കപ്പെട്ട ചട്ടങ്ങളിലേറെയും ജനദ്രോഹപരവും റിയൽ എസ്റ്റേറ്റ് ലോബികളെ സഹായിക്കുന്നതും നികുതിവെട്ടിപ്പിന് ഉതകുന്നതു മാണ്.

ലോകത്തിലാകെ 3000 പ്രത്യേക സാമ്പത്തിക മേഖലകളാണു ള്ളത്. ചൈനയിലുള്ളതാകട്ടെ വെറും ആറെണ്ണം മാത്രം. എന്നാൽ ഇന്ത്യ യിൽ നിയമം പാസ്സാക്കി ഒരു വർഷത്തിനിടയിൽ 237 പ്രത്യേക സാമ്പ ത്തിക മേഖലകൾക്ക് പൂർണ അംഗീകാരം നൽകുകയും 166 എണ്ണത്തിന് തത്വത്തിൽ അംഗീകാരം നൽകുകയും ചെയ്തു. ഇതുവരെ പൂർണ അംഗീകാരം കൊടുത്ത സെസുകളിൽ 147 എണ്ണവും മഹാരാഷ്ട്ര, ആന്ധ്ര പ്രദേശ്, കർണ്ണാടക, തമിഴ്നാട് എന്നീ നാല് സംസ്ഥാനങ്ങളിൽ ഉള്ളവ യാണ്. മൊത്തം അംഗീകരിച്ചതിന്റെ 60 ശതമാനം വരും ഇത്. ബീഹാർ, ഛത്തീസ്ഗഡ്, ഹിമാചൽപ്രദേശ്, വടക്കുകിഴക്കൻ സംസ്ഥാനങ്ങൾ എന്നിവിടങ്ങളിൽ നിന്ന് ഒറ്റ അപേക്ഷപോലും അംഗീകരിക്കപ്പെട്ടിട്ടില്ല. വിപണിശക്തികളുടെ താൽപര്യാനുസരണം നൽകപ്പെടുന്ന ഈ അംഗീ കാരം സംസ്ഥാനങ്ങൾ തമ്മിൽ വൻതോതിലുള്ള വികസന അസന്തു ലിതാവസ്ഥയുണ്ടാക്കുന്നതിന് മാത്രമെ സഹായിക്കൂ. മാത്രമല്ല ഇതു മൂലം വിപണി ശക്തികൾക്ക് ലഭിക്കുന്ന മേൽക്കൈ സെസ് അനുവദിച്ചു കിട്ടുന്നതിന് സംസ്ഥാനങ്ങൾ തമ്മിൽ അനാരോഗ്യകരമായ മത്സരത്തി നിടവെക്കുകയും അത് മേഖലാ പ്രമോട്ടർമാരായ സ്വകാര്യ കുത്തക കൾക്ക് വൻതോതിൽ നേട്ടമുണ്ടാക്കി കൊടുക്കുകയും ചെയ്യുന്നു.

പ്രത്യേക സാമ്പത്തിക മേഖലക്കു വേണ്ടി ബഹുവില കൃഷിഭൂമി ഏറ്റെടുക്കുന്നതിന്റെ പ്രശ്നം സജീവമായി നിലനിൽക്കുന്നുണ്ട്. കേന്ദ്ര വ്യാപാരമന്ത്രി സംസ്ഥാന മുഖ്യമന്ത്രിമാർക്കയച്ച കുറിപ്പിൽ സെസിനു വേണ്ടി ഏറ്റെടുക്കുന്ന ഭൂമിയിൽ പത്തു ശതമാനത്തിലേറെ ബഹു വില കൃഷിഭൂമി ഉണ്ടായിരിക്കരുതെന്ന് നിർദ്ദേശം കൊടുത്തിരിക്കു കയാണ്. ഇതുമായി ബന്ധപ്പെട്ടുതന്നെ ഭൂമി ഏറ്റെടുക്കൽ നിയമത്തി ലും മാറ്റം

വരുത്തേണ്ടതുണ്ട്. ഒരു ദേശീയ പുനരധിവാസനയവും രൂപപ്പെടു ത്തണം.

ചൈനയിൽ പ്രത്യേക സാമ്പത്തിക മേഖലകൾ നിശ്ചയിച്ച് അഭിവൃദ്ധി പ്രവർത്തനങ്ങൾ നടത്തി അടിസ്ഥാന സൗകര്യങ്ങളൊരു ക്കുന്നത് പൊതുമേഖലയിലാണ്. ഭൂമി തുടർന്നും സർക്കാർ ഉടമസ്ഥത യിൽ തന്നെയാണ് നിലനിൽക്കുക. എന്നാൽ ഇന്ത്യയിൽ അടിസ്ഥാന സൗകര്യ വികസനം നടത്തുന്നത് സ്വകാര്യ സ്ഥാപനങ്ങളാണ്. ഭൂമി സർക്കാർ ഏറ്റെടുക്കുകയും സ്വകാര്യ വ്യക്തികൾക്ക് ഏൽപിച്ചുകൊ ടുക്കുകയും ചെയ്യുന്നു. ചില സെസുകളിൽ 10000-ഹെക്ടർ ഭൂമി വരെയുണ്ട്. ഇത്രയും ഭീമമായ ഭൂസ്വത്ത് സ്വകാര്യ വ്യക്തികളുടെ ഉടമസ്ഥതയിലാവുക എന്നതിനർഥം സ്വാതന്ത്ര്യാനന്തരം ആറ് ദശകം പിന്നിടുമ്പോൾ സെമീന്ദാരി സമ്പ്രദായം പുന:സ്ഥാപിക്കപ്പെടുക എന്ന തായിരിക്കും.

ഈ വിഷയത്തിൽ ഇടതുപക്ഷത്തിന്റെ അഭിപ്രായം വ്യക്തമാക്കി കൊണ്ടുള്ള ഒരു കുറിപ്പ് കേന്ദ്രസർക്കാരിന് സമർപ്പിച്ചിട്ടുണ്ട്.അതിൽ താഴെ പറയുന്ന നിർദ്ദേശങ്ങൾ ഉന്നയിച്ചിരിക്കുന്നു.

(എ) ഭൂമിയുടെ ഉടമസ്ഥാവകാശം സ്വകാര്യ ഡെവലപ്പർമാർക്ക് കൈമാററരുത്. അവർക്ക് ഭൂമി പാട്ടാവകാശത്തിന് മാത്രമെ കൈമാ റാവു.

(ബി) ഒരു സ്വകാര്യ സ്ഥാപനത്തിനു കീഴിൽ സെസിൽ വികസിപ്പി ക്കാവുന്ന പരമാവധി ഭൂമിയുടെ പരിധി കേന്ദ്ര സർക്കാർ നിശ്ചയിക്കണം. വിവിധ നിലവാരത്തിലുള്ള സെസുകൾക്കാവശ്യമായ ഏറ്റവും കുറ ഞ്ഞതും കൂടിയതുമായ ഭൂപരിധികൾ സെസ് ചട്ടങ്ങളിൽ ഉൾപ്പെടു ത്തണം.

(സി) നിശ്ചയിച്ച ഭൂപരിധിയേക്കാൾ അധികം ഭൂമി സെസിന് അവശ്യമാണെങ്കിൽ അതിലെ അഭിവൃദ്ധി പ്രവർത്തനം നടത്തേണ്ടത് ഗവൺമെന്റായിരിക്കണം (കേന്ദ്ര-സംസ്ഥാന ഗവൺമെന്റുകളോ അവക്കു കീഴിലുള്ള പൊതുമേഖലാ സ്ഥാപനങ്ങളോ)

(ഡി) സെസ് നിയമത്തിൽ തന്നെ ബഹുവില കൃഷിഭൂമി ഏറ്റെ ടുക്കുന്നതിന്റെ പരിധി നിശ്ചയിക്കണം.

(ഇ) ഭൂമി ഏറ്റെടുക്കൽ നിയമഭേദഗതി, ദേശീയ പുനരധിവാസ നയം എന്നിവയിൽ സംസ്ഥാന സർക്കാരുകളുമായി ആലോചിച്ച് മാതൃകാ പുനരധിവാസ-നഷ്ടപരിഹാര മാനദണ്ഡങ്ങൾ കേന്ദ്രം ഉൾപ്പെടുത്ത ണം.

(എഫ്) ഭൂമിയുടെ ഭാവി വികസന സാധ്യതയടക്കം കണക്കിലെടു ത്ത് ഇപ്പോഴത്തെ ഉടമസ്ഥർക്ക് നഷ്ട പരിഹാരം ലഭിക്കാവുന്ന വിധത്തിൽ ആയിരിക്കണം സെസുമായി ബന്ധപ്പെട്ട നഷ്ടപരിഹാര- പുനരധിവാസ മാതൃകാ മാനദണ്ഡങ്ങൾ നിശ്ചയിക്കേണ്ടത്. ഏറ്റെടുക്കുന്ന ഭൂമിയിലെ

കർഷക തൊഴിലാളികൾ, പങ്കുകൃഷിക്കാർ എന്നിവർക്കും ന്യായമായ നഷ്ടപരിഹാരം ലഭിക്കുന്നതിന് പ്രത്യേക വ്യവസ്ഥ ഉണ്ടായിരിക്കണം. നഷ്ടപരിഹാര– പുനരധിവാസ മാതൃകാ മാനദണ്ഡങ്ങൾ നടപ്പാക്കുന്നതിന് കേന്ദ്ര സർക്കാരും അവരുടെതായ പങ്കു നിർവ്വഹിക്കണം.

കർഷക തൊഴിലാളികൾ, പങ്കുകൃഷിക്കാർ എന്നിവർക്കും ന്യായമായ നഷ്ടപരിഹാരം ലഭിക്കുന്നതിന് പ്രത്യേക വ്യവസ്ഥ ഉണ്ടായിരിക്കണം. നഷ്ടപരിഹാര– പുനരധിവാസ മാതൃകാ മാനദണ്ഡങ്ങൾ നടപ്പാക്കുന്നതിന് കേന്ദ്ര സർക്കാരും അവരുടെതായ പങ്കു നിർവ്വഹിക്കണം.

21

വലത്-ഇടത് വ്യതിയാനങ്ങൾ

പാർട്ടി പരിപാടിയിലെ 112-ാം ഖണ്ഡികയുടെ ഉദ്ഭവവും വളർച്ചയും തുടക്കത്തിൽ അവിഭക്ത കമ്യൂണിസ്റ്റ് പാർട്ടിയുടെയും പിന്നീട് സി പി ഐ(എം) ന്റെയും സംസ്ഥാന ഭരണാനുഭവങ്ങളിൽ നിന്നുണ്ടായതാണ്. 1959-ൽ രാഷ്ട്രീയ ഞാണിന്മേൽക്കളിയാണെന്ന് തന്റെ വ്യക്തിഗതാ നുഭവത്തിൽ നിന്ന് ബോധ്യപ്പെട്ട ഈ രാഷ്ട്രീയ പ്രക്രിയയെ മാർക് സിസം-ലെനിനിസത്തിന്റെ ക്രിയാത്മക പ്രയോഗത്തിലൂടെയും അതിലൂടെ ലഭ്യമായ അറിവിലൂടെയും വികസിപ്പിച്ചെടുക്കുകയാണ് സി പി ഐ (എം) ചെയ്തത്. എന്നാൽ 1967-ൽ തന്നെ ഈ നിലപാട് പുത്തൻ റിവിഷനിസമാണെന്ന് അധിക്ഷേപിച്ചുകൊണ്ട് ഉടൻ സായുധവിപ്ള വത്തിന്റെ പാത വരിച്ചവരാണ് നക്സലൈറ്റുകൾ.

അവരിൽ ചിലർ ഇപ്പോഴും വാക്കുകളിൽ സായുധവിപ്ളവത്തിന്റെ പാതയിൽ തന്നെ തുടരുന്നുണ്ട്. എന്നാൽ സി പി ഐ (എം എൽ) നേതാവ് കെ എൻ രാമചന്ദ്രനെപോലുള്ളവർ പാർലമെന്റെറിമാർഗം ഉപയോഗിക്കാൻ തയ്യാറായി തിരിച്ചുവന്നവരാണ്. ഇന്ത്യൻ ഭരണ വർഗത്തെ വിലയിരുത്തുന്നതിലും വിപ്ളവത്തിന്റെ അടിയന്തരകടമ നിശ്ചയിക്കുന്നതിലുമൊക്കെ അവർക്ക് സി പി ഐ(എം)ന്റേതിൽ നിന്ന് വ്യത്യസ്തമായ കാഴ്ചപ്പാടാണുള്ളത്. പാർലമെന്റെറി മാർഗത്തിലേക്ക് വന്നിട്ട് ഏറെ നാളുകളായിട്ടില്ല എന്നതുകൊണ്ടും ഭരണത്തിന്റെ പ്രായോ ഗികാനുഭവം ഇല്ല എന്നതുകൊണ്ടും പാർലമെന്റെറിമാർഗം നിഷിദ്ധ മായിരുന്ന കാലത്തേതിൽ നിന്ന് കാര്യമായ മാറ്റമൊന്നും ആശയപരമായി ഇവർക്കുണ്ടായിട്ടില്ല. സാമ്രാജ്യത്വവിരുദ്ധവും ആഭ്യന്തര വിഭവസമാഹ രണത്തിൽ ഊന്നുന്നതുമായ ഒരു ജനകീയ അജണ്ട സ്ഥാപിച്ചെടുത്തു

കൊണ്ടു മാത്രമേ ഈ പ്രതിസന്ധി പരിഹരിക്കപ്പെടു. ഇതാകട്ടെ പിന്തിരിപ്പൻ ഭൂബന്ധങ്ങളടക്കം നിലവിലുള്ള വ്യവസ്ഥയെ അടിമുടി മാറ്റുന്ന രാഷ്ട്രീയ പ്രക്രിയയിലൂടെ മാത്രമേ കഴിയൂ (സഖാവ് ദൈവാരിക പി ജെ ജെയിംസ്) എന്നതാണ് കേരളവും ഇന്ത്യയും ഇന്ന് അഭിമുഖീകരിക്കുന്ന പ്രതിസന്ധിക്ക് പരിഹാരമായി അവർ മുന്നോട്ടു വെക്കുന്ന കാഴ്ചപ്പാട്.

നിലവിലുള്ള വ്യവസ്ഥയെ അടിമുടി മാറ്റുക എന്ന ലളിത കോമള പദാവലിക്ക് കമ്യൂണിസ്റ്റുകാരന്റെ അർഥം ജനകീയ ജനാധിപത്യ വിപ്ളവത്തിന്റെയോ (സി പി ഐ [എം]) ദേശീയ ജനാധിപത്യത്തി ന്റെയോ (സി പി ഐ) പുത്തൻ ജനാധിപത്യത്തിന്റെയോ (നക്സൽ) കടമ പൂർത്തീകരിക്കുകയെന്നാണ്. അതായത് വിപ്ളവാനന്തരം നട ക്കേണ്ട കാര്യങ്ങളെക്കുറിച്ച് അധരവ്യായാമം നടത്താനല്ലാതെ, ഇന്ന് നാം ജീവിക്കുന്ന മുതലാളിത്ത വ്യവസ്ഥയിൽ ഒരു സംസ്ഥാനത്തിൽ മാത്രം പരിമിതമായ അധികാരം കിട്ടിയാൽ നടപ്പിലാക്കാവുന്ന പരിമിതമായ ബദൽ സമീപനമെന്ത് എന്നതിനെക്കുറിച്ച് നക്സലുകൾക്ക് യാതൊരു കാഴ്ചപ്പാടുമില്ല. അതിനെക്കുറിച്ച് അവരും അവരുടെ സൈദ്ധാന്തികരും ഇരുട്ടിൽ തപ്പുകയാണ്. ജനകീയ ജനാധിപത്യവിപ്ളവാനന്തരം എന്തു ചെയ്യണമെന്നതിനെക്കുറിച്ച് നക്സലുകളുടേതിനേക്കാൾ ശാസ്ത്രീയ മായ സമീപനം സി പി ഐ(എം) നുണ്ട്. പക്ഷേ ആ കടമ പൂർത്തീകരി ക്കുന്നതിനുള്ള ജനകീയ പിൻബലം ഇന്ത്യാരാജ്യത്ത് ആർജിക്കുവാൻ സി പി ഐ(എം)-നോ സഖ്യശക്തികൾക്കോ കഴിഞ്ഞിട്ടില്ല; എന്നാൽ മൂന്ന് സംസ്ഥാനങ്ങളിലെ അധികാരം കൈയാളാനുള്ള ജനപിന്തുണ ഉണ്ടുതാനും. അങ്ങനെ കിട്ടിയ അധികാരമാണ് പശ്ചിമബംഗാളിലും കേരളത്തിലും ത്രിപുരയിലും സി പി ഐ(എം) നുള്ളത്. മൂർത്തമായ ഈ സാഹചര്യത്തിൽ മാർക്സിസം-ലെനിനിസം എങ്ങനെ ഉപയോഗി ക്കണം എന്ന കാഴ്ചപ്പാട് വികസിച്ചുവന്നതിന്റെ ചരിത്രമാണ് 112-ാം ഖണ്ഡിക മുതൽ പതിനെട്ടാം കോൺഗ്രസ്സിന്റെ നയരേഖവരെയുള്ള പ്രത്യയശാസ്ത്ര വളർച്ചയിൽ നാം കാണുന്നത്.

എന്നാൽ നക്സലുകൾക്ക് ഇങ്ങനെയൊരു കാഴ്ചപ്പാട് വികസി പ്പിക്കാനായിട്ടില്ല എന്നതിനാൽ തീവ്രവാദപരവും വരട്ടുതത്വവാദപര വുമായ ജല്പനങ്ങൾ നടത്തി കേരളജനതയെ വഴിതെറ്റിക്കാനാണ് നക്സലുകൾ ശ്രമിച്ചുകൊണ്ടിരിക്കുന്നത്. ഭരണം കിട്ടിയതുകൊണ്ട് കമ്യൂണിസ്റ്റ്പ്രസ്ഥാനത്തിന് അപചയമുണ്ടായി എന്നെഴുതിയ സാംസ് കാരിക നായകൻ മുതൽ മുൻ നക്സലൈറ്റ് സാഹിത്യകാരിവരെ ഈ ആശയഗതിയുടെ പിറകെയാണിപ്പോൾ. ലോകബാങ്കോ, എ ഡി ബിയോ സാമ്രാജ്യത്വത്തിന്റെ ഉപകരണങ്ങളാണെന്നതിൽ ഒരാൾക്കും തർക്കമു ണ്ടാവാൻ ഇടയില്ല. അവർ നൽകുന്ന ഘടനാപരമായ വായ്പകളിൽ സാമ്രാജ്യത്വാധിനിവേശത്തിന്റെ താൽപര്യങ്ങൾ ഉണ്ടാവുകയും ചെയ്യും. എന്നാൽ അങ്ങനെയല്ലാത്ത വായ്പകളുമുണ്ട്. കേരളം തന്നെ

1977-മുതൽ ലോകബാങ്കിൽ നിന്ന് വിവിധ ആവശ്യങ്ങൾക്ക് വിദേശ വായ്പ എടുത്തിട്ടുണ്ട്. ഇടതുപക്ഷം ഭരിക്കുമ്പോൾ എടുക്കുന്ന വായ്പകൾ ഘടനാപരമായ മാറ്റങ്ങളുടെ നിബന്ധനവെക്കാത്തതും ജനദ്രോഹ വ്യവസ്ഥകളില്ലാത്തതുമായിരിക്കാൻ പരമാവധി ശ്രദ്ധിക്കും.

കേരളത്തിലോ പശ്ചിമ ബംഗാളിലോ ത്രിപുരയിലോ മാത്രമായി ജനകീയ ജനാധിപത്യമോ, സോഷ്യലിസമോ നടപ്പിലാക്കാനാവില്ല. അങ്ങനെ കഴിയും എന്ന മട്ടിലാണ് സാംസ്കാരിക നായകരും നക്സൽ സിദ്ധാന്തക്കാരും നമ്മളോട് പറഞ്ഞുകൊണ്ടിരിക്കുന്നത്. സൂക്ഷ്മമായി മനസ്സിലാക്കിയില്ലെങ്കിൽ യുവതലമുറയെ വഴിതെറ്റിക്കാൻ ഉതകുന്നതാണ് ഈ പ്രചാരവേല. ഇടതുതീവ്രവാദത്തിന്റെ മറുപുറമാണ് വലതു പക്ഷ അവസരവാദം. തീവ്രവാദപരമായ മുദ്രാവാക്യങ്ങളും പ്രവർത്ത നശൈലിയുമൊക്കെ കടമെടുക്കുന്നതിൽ ഇക്കൂട്ടരും ഒട്ടും പുറകിലല്ല. കേരള രാഷ്ട്രീയം സൂക്ഷ്മമായി അപഗ്രഥിച്ചാൽ ഈ ഒത്തുചേരലിന്റെ അനുഭവങ്ങൾ തെളിഞ്ഞു വരുന്നതു കാണാം. വലത്-ഇടത് വ്യതിയാന ങ്ങൾക്ക് എതിരായ പോരാട്ടം ശക്തിപ്പെടുത്തേണ്ടതിന്റെ ആവശ്യകത യാണ് ഇത് വ്യക്തമാക്കുന്നത്.

www.ingramcontent.com/pod-product-compliance
Lightning Source LLC
Chambersburg PA
CBHW051759130726
47987CB00003B/1027